संभ्रमाच्या लाटा

रत्नाकर मतकरी

मेहता पब्लिशिंग हाऊस

Please contact us at **Mehta Publishing House,** Pune 411030.
✆ +91 020-24476924 / 24460313 / Mob. No. 9545000513
Email : production@mehtapublishinghouse.com
Website : www.mehtapublishinghouse.com

◆ *या पुस्तकातील लेखकाची मते, घटना, वर्णने ही त्या लेखकाची असून त्याच्याशी प्रकाशक सहमत असतीलच असे नाही.*

SAMBHRAMACHYA LAATA by RATNAKAR MATKARI

संभ्रमाच्या लाटा : रत्नाकर मतकरी / कथासंग्रह

Email : author@mehtapublishinghouse.com

प्रकाशक : सुनील अनिल मेहता, मेहता पब्लिशिंग हाऊस,
१९४१, सदाशिव पेठ, माडीवाले कॉलनी, पुणे – ४११०३०.

अक्षरजुळणी : एच. एम. टाइपसेटर्स, ११२०, सदाशिव पेठ, पुणे – ४११०३०.

मुद्रक : ट्रिनिटी ॲकॅडमी फॉर कॉर्पोरेट ट्रेनिंग लिमिटेड

मुखपृष्ठ : चंद्रमोहन कुलकर्णी

प्रकाशनकाल : १ ऑगस्ट, १९७८ / मार्च, २००८ / जानेवारी, २००९ / जानेवारी, २०११ / एप्रिल, २०१३ / एप्रिल, २०१६ / पुनर्मुद्रण : मार्च, २०२१

किंमत : ₹ १५०

P Book ISBN 9788177669480
E Book ISBN 9788184989830

गूढकथेचे गूढ

'दरवाजाची बेल वाजली, म्हणून मी दार उघडले, तर काय—दारात मीच उभा होतो!'

'—असंच तुम्ही या प्रसंगाचं वर्णन कराल ना?' दारात उभ्या असलेल्या 'मी' ने विचारले.

माझी नाराजी चेहऱ्यावर न दाखवता मी त्या आगाऊ आगंतुकाला घरात घेतले.

'माझी शैली तुम्हांला चांगलीच माहीत दिसते!' मघाच्या त्याच्या वक्तव्यावर काहीतरी बोलायचे, म्हणून मी म्हटले.

'हो तर! मी तुमच्या आजवरच्या असतील नसतील तेवढ्या सगळ्या गूढकथा वाचल्या आहेत. किती असतील हो साधारण?' 'मी'ने विचारले.

साधारण आठवण्याचा प्रयत्न करीत मी म्हटले, 'असतील दोन अडीचशे!'

'—मग अधिक कां नाही लिहिल्या?'

'मी मुळातच कमी लिहितो. जे लिहिलं, त्यात दर वर्षाला एखादं प्रायोगिक नाटक, एखादं व्यावसायिक नाटक, एखादं बालनाट्य, काही एकांकिका, एखादं सदर अशा अनेक लेखन-प्रकारांसाठी वेळ काढावा लागला. जो मिळाला, त्यात थोड्याफार गूढकथा लिहिल्या. पण नुसतं एवढंच कारण नाही. खरं सांगायचं तर गूढकथा हा लेखन प्रकारच, माझ्या मते, फार मोठ्या प्रमाणावर लिहिण्याचा नव्हे; कारण तसं झालं, तर त्याचा एक साचाच बनून जाईल, आणि मग तो कंटाळवाणा होईल.'

'असं कां? गूढकथा या प्रकाराला काही मर्यादा आहेत, म्हणून का?'

'मर्यादा आहेत आणि मर्यादा नाहीतही.'

'म्हणजे? जरा स्पष्ट करून सांगाल का?'

'मर्यादा आहेत त्या रचनेच्या. म्हणजे असं, की गूढकथा वाचताना वाचकाची उत्कंठा वाढली पाहिजे. तेव्हा रचना करताना वाचकाचा मनोव्यापार लक्षात घ्यावा लागतो. शेवट धक्का देणारा असाच नव्हे, पण कधीकधी कथेला वेगळे वळण देणारा, किंबहुना कथेला एक वेगळे परिमाण आणून देणारा, असा असावा लागतो.'

'म्हणजे तुमच्या 'वारस' या कथेसारखा. ती कथा वाचत असताना सबंध

वेळ आपण एक चटकदार पण सामान्य भूतकथा वाचत आहोत, असं वाटत असतं. पण शेवटी त्यातून जे नायकाचं जन्मरहस्य बाहेर पडतं, त्यामुळे केवळ भूतकथेपेक्षा अधिक काहीतरी लेखकाला सांगायचं आहे हे पटतं, आणि कथेची पातळी उंचावते.'

'आता मर्यादा कशी ती पहा! शेवट धक्कादायक हवा असला, तरी हा धक्का एकदम बाहेरून कुठून तरी, नवीनच काहीतरी सांगितल्यामुळे येता कामा नये, तर तो बीजरूपानं कथानकातूनच हवा. अदरवाइज, इट विल बी अन्फेअर टु द रीडर्स! आता बीजरूपानं असलेला रहस्यपूर्ण भाग हुषार वाचक आधीच ओळखण्याची शक्यता असते. तेव्हा हुषार वाचकालाही ओळखता न येणारा, पण सर्वसामान्य वाचकालाही पटणारा, असा शेवट देणं, ही तारेवरची कसरत! त्यातून पुन्हा तो नुसताच चलाख शेवट नसतो, तर लेखकाला मानवी जीवनाविषयी जे वाटतं, त्याला धरून किंवा लेखकाच्या एकंदर व्यक्तिमत्वाला साजेसा असा असतो.'

'उदाहरणार्थ –'

'उदाहरणार्थ, माझ्या बहुतेक गूढकथांचे शेवट, काही अपवाद सोडल्यास, ते एकदम पोटात लाथ बसल्यासारखे नसतात. कारण मूलत: क्रौर्य माझ्या व्यक्तिमत्वाशी सुसंगत नाही. याउलट जे असहाय आहेत त्यांच्याविषयी सहानुभूती दाखवून माझी कथा संपते. याचं उत्तम उदाहरण म्हणजे 'खेकडा' ही कथा. खेकड्यासारख्या अपंग मुलीच्या खुनानंतर तिच्या जागी खेकडा दिसल्यावर तिची खुनी सावत्र आई भीतीने प्राण सोडते, हा शेवट पुरेसा धक्कादायक होता. पण कथा इथे संपत नाही. तो खेकडा त्या अपंग मुलीच्या चिमुकल्या प्रेमळ मित्रानं तिथं आणला होता, त्याचं काम यशस्वी झालं, असं दाखवून, त्याला न्याय देऊन ती संपते.'

'पण कित्येकदा काय होतं की, आम्ही असं धरून चालतो की, मतकरींची गोष्ट म्हणजे त्यात जो उघड शेवट आहे, त्यापेक्षा वेगळाच काहीतरी शेवट असणार! त्यामुळे शेवट वेगळा झाल्याचं आम्हाला काहीच कौतुक वाटत नाही.'

'नाउ दॅट इज अनफेअर टु द रायटर! लेखकानं जसा वाचकांचा विचार करायला हवा, तसा वाचकांनी कथासूत्राचा मांडणीच्या दिशेनंच विचार करायला हवा. दॅट्स अ रुल ऑफ द गेम! अ आणि ब अपराधी दाखवले आहेत, म्हणून क च खरा अपराधी असणार, हे गणित मांडणं लेखकाला कितपत न्याय देणारं आहे? विशेषत: माझ्यासारख्या लेखकांना – ज्यांच्या कथेमध्ये मुळात अत्यंत थोडी पात्रं असतात—त्यांना!'

'हो – तुमच्या 'शाळेचा रस्ता' कथेमध्ये तर अवघं एकच पात्र आहे!'

'अर्थात गणिती हिशेब करणाऱ्या वाचकांनाही चकवणं सहज शक्य असतं!' मी म्हणालो, 'पण शेवटी गूढकथा म्हणजे काही 'कोडी' घालणं नव्हे. त्या कथेला विषयाचं आणि 'कथा' या साहित्य प्रकाराचं काही एक तर्कशास्त्र हवं. त्या दृष्टीनं कथेची मांडणीही तर्कशास्त्राला धरूनच करावी लागते.'

इथे आम्हाला थांबावे लागले. कारण कॉफी घेऊन प्रतिभा आली. मी मुलाखतकाराला कॉफीचा कप दिला. प्रतिभा टेबलाजवळचा आरसा पुसायचे काम करू लागली.

'पण काय हो, तुम्ही म्हणालात, की म्हटले तर गूढकथेला मर्यादा नाहीतही –त्याचा अर्थ काय?'

'हो, मर्यादा नाहीत याचा अर्थ, त्या विषयाची व्याप्ती फार मोठी आहे. गूढकथा म्हणजे केवळ रहस्यकथा असे मी मानीत नाही. मानवी मनाला जे गूढ वाटतं, ते सारं काही त्यात येतं. पिशाच्च कथेपासून ते प्रत्यक्ष मानवी मनापर्यंत सारं काही. मरणाची कल्पना आपल्याला गूढ वाटते. त्यामुळे मरणाशी संबंधित अशा ज्या गोष्टी आहेत – म्हणजे प्रत्यक्ष मरणाचा अनुभव – किंवा पिशाच्चयोनी, पुनर्जन्म यांसारख्या, त्या आपल्याला गूढ वाटतात. परंतु जीवनामध्ये द्रष्टेपणा, स्वप्नं, केवळ इच्छेच्या उत्कटतेमुळे एखादी घटना प्रत्यक्षात येणं, अंतर्ज्ञान, यांसारख्या अनेक गोष्टी गूढ आहेतच. त्याच्याही अलीकडे तर आपल्या रोजच्या पाहण्यातल्या परंतु स्पष्टीकरण न मिळणाऱ्या अनेक गोष्टी–म्हणजे आपल्याला होणारे भास, उत्कट भावनेपोटी केलेले असंभाव्य त्याग, योगायोग, आणि जे शास्त्रज्ञांनाही अजून पुरतं उलगडलेलं नाही ते माणसाचं मानसशास्त्र – या साऱ्या विषयांवरच्या कथा 'गूढकथा' या सदरातच मोडतात. मात्र त्यात शैली, शब्दसौंदर्य इत्यादी कशाहीपेक्षा त्यातल्या गूढतेमध्येच वाचकाची पकड घेण्याचं सामर्थ्य हवं! दुसरं म्हणजे, ती गूढ गोष्टही वास्तवतेच्या नजरेतून दिसू शकेल अशी हवी! सगळंच गूढ असलं, तर वाचक त्याचा नाद सोडून देईल. पण बरंचसं त्याच्या अनुभवातलं आणि थोडंसंच अनोखं असलं, तर मात्र त्याला ते समजून घ्यावंसं वाटेल.'

'तुम्हाला यातल्या काही गूढ गोष्टींचा प्रत्यक्ष अनुभव आला आहे का? विशेषत: भूतकथा वाचताना असं वाटतं की, तुम्ही 'त्यातलं' काही पाहिलं असावं!'

मला हसू आलं. 'नाही – मला असले काही अनुभव नाहीत.' मी म्हणालो. 'पण स्वत:ला कशाला यायला हवेत? आणि एकाच माणसाचे अनुभव असे पुरणार तरी कुठवर? म्हणून दुसऱ्यांचे आपण ऐकतो. वाचतो. खेडेगावात गेलं की, मी तिथल्या लोकांना हटकून त्यांचे अनुभव विचारतो. पण फारच थोडेजण

सांगतात. आणि सांगतात तेही इतके एकसारखे, की त्यात गोष्ट सुचावी असं क्वचितच काही असतं.'

'रागावू नका. पण इंग्रजी हॉरर स्टोरीजची बरीच पुस्तकं आपण वाचता. त्यांचा आपल्या कथेवर कितपत परिणाम होतो?'

'प्रश्न खवचट नसल्यामुळे रागावण्याचा प्रश्नच येत नाही. पण खरं सांगू, मराठी लेखकांनी काहीही वेगळं केलं की ते, इंग्रजीवरूनच घेतलं असणार, असा सरसकट आरोप केला जातो. त्यात नेहमीच तथ्य असतं असं नाही. या विषयावर माहिती मिळावी म्हणून जंग जंग पछाडताना, या विषयावरची इंग्रजी पुस्तकं मिळाली, तर ती आम्ही वाचणार नाही का? परंतु इंग्रजी कथांची नक्कल करण्यात मुद्दा काय? 'नवल' मासिकामधून तर बहुतेक चांगल्या इंग्रजी हॉरर स्टोरीजची भाषांतरं झाली आहेत, होतच असतात. शिवाय वाचनातून फार फार तर काही कल्पना मिळतील – जशा त्या लोकांच्या हकिकती ऐकून मिळतच असतात! पण चांगली गूढकथा ही त्या त्या लेखकाची विशिष्ट शैली आणि त्याचे व्यक्तिमत्व यातूनच बनत असते!'

'इंग्रजीइतका आपल्याकडे गूढकथा या प्रकाराला वाव नाही, असं नाही का वाटत आपल्याला?'

'खरं आहे. लेखन आणि वाचन या दोन्ही दृष्टींनी. आमचं अनुभव-विश्व एक तर मर्यादित आहे! तसंच ते वाचकांचंही असतं. त्यामुळे गूढकथा हीसुद्धा मध्यमवर्गीय वाचकाच्या अनुभवाच्या चौकटीत बसवावी लागते. आपल्याकडे आढळणाऱ्या, परंतु त्याच्या नेहमीच्या वातावरणापेक्षा जरा वेगळ्या वातावरणातली कथासुद्धा त्याला 'परकी' वाटते. आणि गूढकथेला हे 'परकेपण' फार घातक! कारण सगळा भर गूढ 'खरंखुरं' वाटण्यावरच असतो! वातावरण खोटं वाटलं तर भय किंवा उत्कंठा कशी वाटणार? गूढकथांची रुचीही थोडीफार तयार व्हावी लागते. आपल्या 'वाचकां'ची ती आवड अजून फारशी तयार झालेली नाही. बऱ्याचशा वाचकांना रहस्यकथा आणि गूढकथा यातला फरक अजून कळत नाही. मात्र अजूनपर्यंत मला माझ्या वाचकांनी चांगली दाद दिली आहे. त्याचंही कारण, त्यांच्या मते, त्या कथा अतींद्रिय अनुभवांवर कमी आधारित असून मानवी मनोविश्लेषणावर आणि वास्तवतेवर अधिक आधारलेल्या आहेत, हे आहे. म्हणजे त्यांना अतिंद्रिय विषयांची आवड अजून तितकीशी लागलेली नाही, हेच खरं. नारायण धारपांसारखे लेखक त्या विषयावर बऱ्याच मोठ्या प्रमाणात लिहीत आले आहेत. पण वाचकांना आवड कमी, म्हणून पुस्तकं कमी, आणि पुस्तकं कमी म्हणून आवड कमी, असं हे दुष्टचक्र आहे.'

'या बाबतीत आपले टीकाकार काही करू शकतील का?'

'टीकाकारांना सगळ्या वाङ्मयप्रकारांकडे लक्ष द्यायला वेळ असतो कुठं? त्यांना मुख्य म्हणजे स्वत:ची 'टीकाकार' ही भारदस्त भूमिका सांभाळायची असते. 'गूढकथा' हा विषय रंजक असल्यामुळे, त्यांच्या दृष्टीनं कलात्मक नव्हे. अमुक एका प्रकारचं साहित्य हेच कलात्मक, अशी झापडं डोळ्यांना बांधलेल्या मूठभर लोकांच्या हातात आपल्या साहित्याची प्रसिद्धी असते; जे वाचक केवळ या साहित्यपालकांनी रजिस्टर्ड ठरवलेलं तेवढंच वाचतात, ते एका वेगळ्या कथाप्रकाराला मुकतात. दुसरं असं की, वाङ्मयाचा दर्जा ठरवताना ते अमक्याच शैलीतलं असेल आणि तमक्याच विषयावरचं असेल, तरच ते उत्कृष्ट – बाकीचं निकृष्ट असं ठरवल्यानं साहित्यसमृद्धीही होत नाही, आणि कित्येक वाङ्मयप्रकार उपेक्षित राहतात, याचीही खंत टीकाकारांनाच हवी.'

'तुम्ही इतक्या पोटतिडिकीनं बोलावं, इतका काही तुमच्या गूढकथांवर अन्याय झालेला नाही. 'खेकडा', 'कबंध' इत्यादी संग्रहांना राज्य सरकारची साहित्य पारितोषिकं मिळाली. 'तुमची गोष्ट', 'बोलावणं', 'फॅन्टॅस्टिक', 'जेवणावळ' इ. कथांच्या एकांकिका न करताही उत्स्फूर्तपणे त्या कथास्वरूपातच रंगभूमीवर केल्या गेल्या. अनेक कथांची गुजरातीत भाषांतरं झाली. 'तुमची गोष्ट', 'तो, ती आणि मी' आणि 'एक विलक्षण आरसा' या कथा हिंदीमध्ये श्रीनगर दूरदर्शनवर दाखवण्यात आल्या, तर 'बोलावणं', 'सूर्यास्ताच्या अंतिम क्षणी' या मुंबई दूरदर्शनवर सादर झाल्या. कथाकथन स्पर्धांमध्ये तर यातल्या बऱ्याच कथा हटकून सांगितल्या जातात. तुमच्या स्वत:च्या 'कथादर्शन' कार्यक्रमालाही चांगली दाद मिळते. हे फार नसलं, तरी लोकांचं 'गूढकथा' या प्रकाराकडे लक्ष वेधत असल्याचंच लक्षण नाही का?'

'मी एकट्या माझ्याच कथांविषयी सांगत नव्हतो. एकूणच 'गूढकथा' या वाङ्मय प्रकाराच्या उपेक्षेविषयी बोलत होतो. दलित वाङ्मयाची बाजू आज हिरीरीनं घेतली जाते, पण खुद्द वाङ्मयातच काही वाङ्मयप्रकार दलित ठरवले जातात, त्यांच्यावरचा अन्याय कोण दूर करणार?'

'मला नाही तुमच्यासारखं वाटत. 'किर्लोस्कर', 'माणूस'सारखे भारदस्त अंकसुद्धा आपलं धोरण व्यापक करून गूढकथा छापू लागले ना? त्यावरून आठवण झाली. तुमच्या गूढकथा या सर्वसामान्य वाचकांसाठीच असतात ना?'

मला किंचित राग आला. 'छापून येतं ते सगळ्यांसाठी असतं, असं मी समजतो', मी म्हणालो. 'सामान्य वाचक असं तुम्ही ज्याला म्हणता, तो सामान्य असला तरी, निर्बुद्ध नसतो. फार तर त्याचा वाचनाचा व्यासंग बेताचा असल्यामुळे काही संदर्भ लक्षात यायला त्याला वेळ लागतो, एवढंच. पण विषय स्वच्छ मांडला की, तो बहुतेक वाचकांना समजतो, असं मला वाटतं. दुर्बोध लिहिणारे

किंचित कलात्मक कारणांसाठी, पण बहुतेक वेळा विचारांचा गोंधळ उडाल्यामुळे तसं लिहितात. गूढ विषयावर लिहूनही स्पष्ट, सुबोध लिहिणं शक्य असतं. किंबहुना आपल्याला हवा तो अनुभव वाचकाला अचूकपणे यावा, असं वाटत असेल, तर तसं लिहिणं आवश्यकच असतं. कधीकधी एका शब्दानंही दिशाभूल होण्याचा संभव असतो; आणि वाचक नको त्या दिशेनं विचार करायला लागला की, गूढकथेला अपयश येतं.'

'तुम्हाला स्वत:ला 'गूढकथा' कलात्मक वाटते का?'

'ज्यांना वाटत नाही, त्यांनी सर आर्थर कॉनन् डायल् आणि ॲगाथा ख्रिस्ती यांना श्रेष्ठ लेखक मानू नये. आल्फ्रेड हिचकॉकला श्रेष्ठ दिग्दर्शक मानू नये. मी मानतो.'

'आता शेवटचा एकच प्रश्न – गूढनाट्य कधी लिहिणार?'

'गूढ एकांकिका लिहिल्या आहेत. नाटक, तसा विषय सुचेल तेव्हा. त्याला रंगभूमीच्या मर्यादा आहेत, माझ्याही मर्यादा आहेत. स्टिल, आय हॅवन्ट गिव्हन अप होप!'

औपचारिक आभार मानून आणि कागद गोळा करून 'मी' निघून गेला. मुलाखत देऊन मी दमलो होतो. प्रतिभाला कॉफी करायला सांगितली.

'आता एवढ्यात ना प्यायलास माझ्यासमोर?' डोळे मोठे करून ती म्हणाली. 'मीच तर घेऊन आले होते. हल्ली अगदीच तऱ्हेवाईक वागायला लागलायस तू!' ती माझ्याकडे संशयाने पाहत म्हणाली, '– तुझ्या लिहिण्याच्या टेबलाजवळ तो आरसा ठेवल्यापासून!'

अनुक्रमणिका

संभ्रमाच्या लाटा / १
झुला / १८
पाप / २९
विहीर / ४५
सोनाराची बायको / ५९
हार / ७५
जाळ / ९०
ड्रॅक्युला / १००
सिक्वेन्स / ११२
मिछीवाला / १२४

संभ्रमाच्या लाटा

अमावास्येची मध्यरात्र.

सारे वस्तुमात्र काळोखाच्या डोहात बुडून गेलेले.

अंधाराच्या काळ्या वर्णाखेरीज दुसऱ्या कुठल्याही रंगाची नावनिशाणी राहिलेली नाही. रंग सोडाच, पण सारे आवाजदेखील जसे काही काळ्या पांघरुणात घुसमटून गेलेले. सर्वत्र निश्चल शांतता.

काळ्याशार दगडाची प्रचंड कमान.

त्यामध्ये शिसवी लाकडाचा भक्कम दिंडीदरवाजा.

दरवाजातून आत गेले की दुतर्फा गर्द झाडी. काळोखात वाऱ्याच्या झुळकीबरोबर मागेपुढे माना वेळावणारी आणि सरसर आवाज करीत फांद्या नाचवणारी काळ्या झाडांची पिशाचे.

जीव मुठीत धरून पायवाटेने चालत गेले, की लागल्या वाड्याच्या पायऱ्या. प्रशस्त दगडी पायऱ्या. त्यावर कुठे कुठे जीर्ण गवत माजलेले.

वाडा चिरेबंद. दोन बाजूला दोन मनोरे. त्यामुळे तो वाडा, शिर नसलेले पण हात उगारलेले एखादे राक्षसी कबंध - मांड्या फाकून, गुडघे उचलून बसावे तसा अभद्र दिसणारा. या क्षणी त्या काळ्याकुट्ट राक्षसाचा फक्त एकच डोळा आग ओकत असलेला. त्यातून बाहेर पडणारा तांबडालाल प्रकाश आणि धूरच धूर.

वाड्याची सारी दारे बंद. साखळदंड ओढून घेतलेले. कडेकोट बंदोबस्त, फक्त वरच्या त्या एका दालनात हा तांबडालाल उजेड. दालनात लालभडक काचेच्या दोन हंड्या टांगलेल्या. कणकणाने जळणाऱ्या वातीचा हा प्रकाश.

सारे दालन धुपाने भरून गेलेले.

दालनात प्रतिष्ठित पुरुषांची तोबा गर्दी. सारे दाटीवाटीने बसलेले. दालनाला एक जाळीदार गवाक्ष. गवाक्षाला भिडलेले असंख्य डोळे. ही स्त्रीवर्गाची बसण्याची सोय.

इतका जनसंमर्द खिळून बसलेला; पण कुणाच्याही तोंडून आवाज नाही की कुणाची हालचाल नाही. सगळ्यांवर जणू कुणा अनामिक शक्तीने मंत्र टाकून त्यांची मातीची चित्रे बनवलेली.

सगळ्या नजरा एकाच ठिकाणी खिळून राहिलेल्या. दालनाच्या मध्यभागी एक चौथरा. त्यावर बिछायत अंथरलेली. बिछायतीवर एक राजबिंडा भव्य पुरुष बसलेला. त्याच्या गोऱ्यापान उघड्या छातीवर रक्तवर्ण फुलांची भरघोस माळ रुळत असलेली. कमरेला रक्तरंगाचेच रेशमी वस्त्र. मागे सोन्याची प्रभावळ. दोन बाजूंना दोन सोन्याच्या समयांमध्ये वाती तेवत असलेल्या.

भरदार आवाजात स्वामी निर्भय निरंतर प्रवचन देत असतात.

—'तेव्हा माझ्या बांधवांनो, मृत्यूचे भय टाकून निर्भय व्हा. इहलोक आणि परलोक यांच्यात भेदभाव करणे सोडून द्या. परलोक हे दुसऱ्या कशाचे नाव नसून तंतोतंत इहलोकाचीच ती प्रतिसृष्टी आहे. या लोकांत ज्याप्रमाणे वाडे आहेत, उद्याने आहेत, सरोवरे आहेत त्याचप्रमाणे तिथेही ती आहेत. या जगात माणसं वावरतात, तशीच ती तिथेही वावरतात आणि या जगात ती जे उद्योग करतात तेच त्याही लोकांत करतात. फरक एवढाच की त्यांना उत्पत्ती आणि वाढ यांची गरज नसल्यामुळे खाणे, पिणे किंवा विषयोपभोग मात्र तिथे अस्तित्वात नाहीत, तेव्हा विषयादी ऐहिक गोष्टींची वासना शिल्लक राहिलेले आत्मे परलोकात दुःखी होतात. या कारणासाठी विषयादी पदार्थांची आसक्ती याच लोकात सोडून द्यावी म्हणजे मनुष्य परलोकात सुखी होतो. अन्यथा स्वर्ग वा नरक या कल्पना खोट्या आहेत. यमदूत आपला छळ करतील या कल्पनेने मृत्यूचे भय बाळगणे मूर्खपणाचे आहे...मृत्यूपासून निर्भय व्हा.... निर्भय व्हा...'

स्वामीजी आजवर हा संदेश सर्वत्र पसरवीत आले आहेत. म्हणूनच त्यांना 'निर्भय निरंतर' अशी उपाधी मिळालेली. परलोकविद्येचा दांडगा व्यासंग त्यांच्या गाठीशी आहे. कुणी म्हणतात, त्यांना साक्षात्कारही झालेला आहे...

काही वेळाने प्रवचन संपते. मंडळी स्वामीजींच्या नावाचा जयजयकार करतात. नंतर परमेश्वराचाच जयघोष होतो.

—आणि यानंतर आजच्या रात्रीचा अत्यंत महत्त्वाचा कार्यक्रम.

स्वामी बाजूला होतात आणि एक तरुण स्त्री व्यासपीठावर येऊन बसते. तिच्याही अंगावर रक्तवर्णी रेशमी वस्त्र आहे. केस पूर्ण मोकळे सोडलेले. ही सुवर्णकांतीची तरुणी रुपवती आहे; पण तिचा चेहरा इतका गंभीर आहे, की

तिच्याकडे पाहाताच मान खाली लवलीच पाहिजे! तिच्याही गळ्यात रक्तफुलांची माळ आहे, आणि डोळ्यांत कुठल्या तरी अलौकिकाचा वेध आहे!

ती येऊन बसताच मंडळींत क्षणमात्र कुजबूज होते. पक्ष्यांचा कळपच्या कळप उडून जावा; त्यांच्या पंखांचा फडफडाट क्षणमात्रच होऊन विरून जावा, तशी कुजबूज बंद होते आणि पुन्हा डोळे समोरच्या चौथऱ्यावर खिळतात.

नंदिता येऊन बसते, तेव्हाच जणू ती स्वत:ची नसते. हा तिचा नेहमीचा अनुभव आहे. स्वामीजींचे प्रवचन सुरू झाले, की तिची शुद्ध नेहमी हरपू लागते. पण शुद्ध हरपते, असे तरी कसे म्हणावे? कारण तिचे केवळ या देहाचे भान जात नाही, तर त्या जागी दुसरे काहीतरी नवीन जाणवू लागते. कुठूनतरी नवीन संदेश येऊ लागतात.

नि:श्वासांचाही आवाज येईल, अशी शांतता दालनात पसरते. नंदिता समाधी लावून बसलेली आहे... तिचा श्वासोच्छ्वासही जनसंमर्दाकडून टिपला जातो. तो टिपण्यासाठी प्रत्येक कान, प्रत्येक नजर तत्पर होऊन बसते.

— नंदिताला मात्र या कशाचीच जाणीव नाही. आता दालनात शांतता असली किंवा नगारे बडवले, दोन्ही तिला सारखेच. तिचे पाय या किनाऱ्यावरून केव्हाच सुटले आहेत. सारे निरभ्र झाले आहे. एक अथांग अंधार तिला चारी बाजूंनी वेढून राहिला आहे; पण तरीही त्या अंधारात तिची दिशा हरवलेली नाही. एका विशिष्ट दिशेकडून प्रकाशाचे किरण तो अंधार भेदून तिच्यापर्यंत येत आहेत....

हा प्रकाश किती योजनांवरून तिच्याकडे येतो कुणास ठाऊक — पण तो काही क्षण येतच राहतो. अखेरीस मात्र आपला किनारा मिळाल्यासारखा तो येऊन पोचतो. लाटा किनाऱ्यावर आपटून फुटाव्यात, तसा तो इकडेतिकडे विखुरतो. आता नंदिताच्या भोवतालचा अंधार तितका दाट राहात नाही. किरमिजी प्रकाशाचे लहान लहान तरंग तिच्याभोवती पसरून जातात. हा प्रकाश एरवीच्या उजेडासारखा नाही, पण तो आता तिच्या परिचयाचा झाला आहे. त्याची किरमिजी छटा हळूहळू निवळत जाते. रंग साधारण कुसुंबी होतो. त्या कुसुंबी प्रकाशात काहीतरी ओळखीचे वाटू लागते. मानवी रूपांचा भास कुठेकुठे होऊ लागतो. काही नजरा, बोलण्यासाठी उत्सुक झालेले काही ओठ, भालप्रदेशावर झेपावणाऱ्या केसांच्या बटा, तर कुठे नुसतीच शेंडी, कुठे एखादा शिरपेच, कुठे मंदिल, कुठे.... हातातला दंड, ... गर्दी हळूहळू वाढत जाते ... प्रकाशाचे वलय विस्तारीत जाते; त्या हेलकावणाऱ्या प्रकाशात हालचाल होऊ लागते... आकाराचा समुद्र लाटेलाटेने पुढे सरकत राहातो. सळसळ होऊ लागते.... मंद ध्वनी ऐकू येऊ लागतो, भुंग्यांच्या गुंजारवासारखा...

हळूहळू त्या गुंजारवाला आकार येऊ लागतो... शब्द ओळखीचे येतात.

नंदितेची हालचाल नियंत्रित झालेली. डोळे मिटलेले, तिच्या तोंडून शब्द येऊ लागतात; पण हा आवाज अगदीच वेगळा. तिचा नेहमीचा नव्हेच. पण पुरुषाचाही नव्हेच. उंचावरून पडणाऱ्या पाण्याच्या धारेने ध्वनिरूप घेतले तर जसे वाटेल तसा काहीसा आवाज...

'इथे सरदार आहेत...? डोक्यावर निळ्या रंगाचा मंदिल... कपाळाला आडवं गंध... चांदीचे व्याघ्रमुख बसविलेली काठी —'

या वर्णनाचे सरदार उभे राहतात.... एकाग्र होऊन ऐकू लागतात....

'त्यांचे थोरले बंधू आले आहेत.... घोड्यावरून पडून इहलोक सोडलेले...' सरदार मान डोलावतात.

'सूचना देतात.... सांभाळून राहाणे... हलक्या प्रतीच्या लोकांचे न ऐकणे.... खुनाचा धोका आहे.... जप पूर्ववत चालू ठेवावा... हातात हिऱ्याची अंगठी... वस्त्रे शक्यतो शुभ्र....'

काही क्षण स्तब्धता. मग सरदार हात जोडून खाली बसतात.

नंदिता पुन्हा बोलू लागते...

'राधिका... राधिका. बैंगणी लुगडे... नाकात चमकी....'

गवाक्षात बांगड्यांची किणकिण होते.

'पिताजी आले आहेत. खूप काळजी घेतात... त्यांचे लक्ष आहे. सांभाळून घेतील... चिंता न करणे... पती... परागंदा आहे... मथुरेच्या बाजूला आहे.... मकरसंक्रांतीपर्यंत येईल...'

पुन्हा स्तब्धता.

मग आणखी कुणी — नंतर आणखी कुणी... पानिपतच्या लढाईत कामी आलेल्या कुणा सरदाराचे आपल्या वंशजाशी हितगुज. शनिवारवाड्यावर एकादष्णी करताना देहावसान झालेल्या भिक्षुकाची, वेडसर मुलाला सांभाळून घेण्यासाठी सुनेला विनवणी - अकाली गेलेल्या सईबाईने मैत्रिणीची काढलेली आठवण...

होता होता ती परक्या प्रकाशाची लाट ओहोटी लागल्यासारखी किनाऱ्यावरून ओसरते. किनारा पुन्हा काळोखात बुडतो.... प्रकाशाची वाट अंधुकही राहत नाही.

नंदिता अचानक गप्प होते.

श्रोतृवृंद काही वेळ स्तब्ध राहून वाट पाहतो. मग जयघोष सुरू होतो. नंदिताचा, स्वामींचा, अतर्क्य लीला घडविणाऱ्या परमेश्वराचा.

ह्या जयघोषाने नंदिता जागी होते.

असंख्य मस्तके तिच्या चरणावर झुकतात. तिच्या आणि स्वामींच्या पदस्पर्शासाठी झुंबड लागते.

आशीर्वादासाठी यांत्रिकपणे हात उचलून नंदिता उभी असते, परंतु अजून ती हरवलेलीच आहे. हे नमस्कार, ही लोटांगणे, हे सारे आपल्या अस्थिमांसधर्माच्या कायेसाठी आहे, असे तिला मुळीच वाटत नाही. कुठल्यातरी परमतत्त्वाच्या द्वारीची आपण एक पायरी आहोत, एवढीच तिची भावना.

हळूहळू दालन रिते होते... उत्तररात्रीचा गारवा गवाक्षाच्या नक्षीतून आत येऊ लागतो. सेवक येऊन बाजूला पडलेला नजराण्यांचा ढीग सांभाळून तोलून-मापून बाहेर घेऊन जातात. स्वामीजीदेखील विश्रांतीपूर्वीचे ध्यान करण्यासाठी निघून गेलेले.

त्या भव्य दालनात एकटीच बसून राहिलेली नंदिता. अंगावर रक्तवस्त्रे... मोकळे सुटलेले केस.... धुराच्या काजळीने वेढलेल्या तेजस्वी अग्निशिखेसारखी दिसणारी नंदिता.... स्वत:च्याच विचारात बुडून गेलेली.

आज अमावास्या. बरोबर चार वर्षांपूर्वीची ती अमावास्या —

गंगेकाठची स्मशानभूमी. इथेच — इथेच तीन दिवसांपूर्वी त्यांनी नंदितेच्या पतीचा मृतदेह आणला.

वाजत-गाजत — अभंग भजने गात.... फुलांनी, अलंकारांनी मढवलेला तो तरणाबांड, सुदर्शन देह....

उज्जयिनीतले प्रख्यात जवाहिरे चंदनराय यांचा एकुलता एक सुपुत्र नंदनराय — देखणा, प्रेमळ, साखरेसारखी मधुर वाणी लाभलेला —

गेल्याच वर्षी थाटामाटात त्याचा विवाह झालेला — पत्नी नंदितेसारखी सुस्वरूप, सद्गुणी लाभलेली. उज्जयिनीत इतका सुंदर जोडा कुणी पाहिला नसेल. इतका अपूर्वाईचा विवाहसोहळाही कुणी पाहिला नसेल. सरदार-दरकदार मंडळी घरचे कार्य समजून आलेली. एका परीने हे त्यांच्या घरचेच कार्य — कारण चंदनरायांकडचे जवाहिरे सगळ्याच लक्ष्मीवंतांच्या घरांमधून नांदत असलेले — छत्रपतींचाही आशीर्वाद आलेला — खुद्द पेशव्यांकडून नजराणा आलेला.

आणि आता वर्षभरातच चंदनरायांच्या घरावर आकाशीची कुऱ्हाड कोसळलेली. झांशीहून जवाहिर दाखवून परत येत असताना, नंदनराय आणि घरचे दोन सेवक यांच्यावर चोरट्यांनी हल्ला केला. जंगलातल्या आडवाटेने चाललेल्या गाडीवर अचानक घोडे घातले. नंदनरायच्या गाडीचे घोडे उधळले आणि गाडी वेडीवाकडी भरकटत जाऊन शिलाखंडावर आपटली. गाडीवानाने वेळीच उडी टाकून लगाम खेचून धरले. गाडी थांबताच नंदनराय आणि दोघे रक्षक, धक्का

बसला असताही कसेबसे जिवाच्या कराराने गाडीबाहेर पडले. तिघांनी पराक्रमाची शर्थ करून चोरट्यांना पळवून लावून जवाहिर वाचविले.

पण झटापटीत नंदनरायच्या वर्मी घाव बसला. त्यातून गाडी मोडलेली, आणि घोडे जखमी झालेले. नंदनरायवर तत्काळ उपचार करणेही शक्य झाले नाही. उजाडण्याची वाट पाहून जवळच्या गावातून मदत मिळून नंदनरायला घरी आणले. तोवर त्याचे प्राण जेमतेम नंदिताचा मुखचंद्र पाहण्यासाठी घुटमळत होते. ती जवळ येऊन बसताच त्याने मोठ्या कष्टाने डोळे उघडले. तिचा हात हातात घेतला आणि तिच्या मांडीवर प्राण सोडला.

नंदनरायच्या शेवटच्या श्वासाबरोबर नंदितेची शुद्ध जी गेली, ती लौकर परत आलीच नाही. काळोखाचा एक लांबरुंद पट्टाच तिच्या जाणिवेवर ओढला गेला. कारण ती शुद्धीवर आली तरीही रडली नाही, की आक्रोशली नाही. नुसती शून्यात बघत राहिली. तिच्या त्या भयकारक तंद्रीतून तिला जागे करण्याचा कितीतरी जणांनी प्रयत्न केला — पण कुणाचे शब्दही तिच्यापर्यंत पोहोचत नव्हते. त्या काळोखाच्या पट्ट्यात जणू सारेच गोठून गेले होते.

तीन दिवस अन्नपाणी न घेता, तोंडातून शब्द सोडा, पण सुस्काराही न काढता नंदिता नुसती एका खांबाला टेकून दगडासारखी अचेतन बसून राहिली. तीन दिवस गेले, तीन रात्री लोटल्या, हेदेखील तिच्या गावी नव्हते.

तिसऱ्या रात्रीच्या पहाटे मात्र ती त्या तंद्रीतच उठली आणि चालू लागली. दु:खातिरेकाने थकल्याभागल्या कुटुंबियांना झोप लागली होती. नंदिता बाहेर पडल्याचे कुणाच्याही लक्षात आले नाही.

काळोखातून आपल्याच दु:खाची वाट चालत नंदिता स्मशानभूमीत येऊन पोहोचलेली. लांबवर एक चिता जळत असलेली. तिचा अंधुक उजेड सगळीकडे पसरलेला — तोही मधूनमधून कमीजास्त होत असलेला — धाप लागल्यासारखा.

इथेच — इथेच तो आला — नेमका कुठे ते नंदिताला माहीत नाही. सैरभैर ती त्याला शोधते. हे सगळे हरवलेल्यांचे जग! इथे कोण कुठे, अग्नीचे पांघरूण लपेटून चिरनिद्रा घेता घेता, नाहीसे झाले, ते कसे कळणार? पण नाहीसे झाले म्हणजे सर्वत्र पसरले - पंचमहाभूतांत मिसळले म्हणजे इथेच - इथल्याच कणाकणांत तो आहे.... आणि तो नाहीही.... नंदिता भ्रमिष्ट होऊन गेली...

घाटाच्या पायऱ्या उतरून ती गंगेच्या पाण्याजवळ उभी राहिली...

चित्ताला एक नवीनच भ्रम तयार झाला.

पाणी — काळेभोर पाणी... या क्षणी त्यावर तरंगदेखील नाहीत. निश्चल शांत. वरच्या आभाळाइतकेच निरभ्र पाणी. किंबहुना आकाश संपले कुठे,

आणि पाणी सुरू झाले कुठे, हेही कळणे कठीण...

पाणी पंचमहाभूतांपैकीच एक. नंदन कुठे असेल? यातही मिसळला असेल का? नंदिताच्या मनात वाऱ्याने इतस्ततः उधळलेल्या ढगासारखे विचार सैरभैर फिरत होते. मला नंदनबरोबरच पंचमहाभूतात विलीन होता येईल का? कां येणार नाही? हे पाणी — मला त्याच्याशी एकरूप होता येईल... समोर पसरलेले हे पात्र... काळोखाचे रहस्य उघडणारे हे दार... मी या दारातून आत गेले तर माझी आणि काळोखात मिसळलेल्या नंदनची भेट होईल...? नक्कीच होईल.

नीरव शांततेत एक लहानसा आवाज आणि मग पुन्हा त्यावर पाण्याचे आवरण... तरंग पसरत गेलेले.... विरत चाललेले.

पण ते पुरते विरण्याआधीच पुन्हा एक ध्वनी — पाण्याचे काळेकुट्ट अंतरंग भेदून गेलेला तरंग. तरंग... धडपड..... यत्न.... महाप्रयत्न.

– नंदिता शुद्धीवर येते.... आपण कुठे आहो? काळोखाच्या तळाशी? नंदन कुठे आहे?

पण हळूहळू काळोख विरळ होऊ लागलेला. अंधुक उजाडू लागलेले. पहाटेचा मळकट धूसर प्रकाश. त्यात निश्चित होऊ लागलेले आकार.

— हे नाक – धारदार, तरतरीत. डोळे... टपोरे पाणीदार — पण नुसते तेवढेच नाही... त्या डोळ्यांत एक जरब आहे — आणि एक प्रेमळ भाव...

ओठ हळूहळू मंद स्मितात विलग होतात...

'जागी झालीस? ईश्वराची कृपा!'

कोण आहेत हे?

'वेळीच पाहिलं, म्हणून बरं. तुझ्यापाठोपाठ गंगेत उडी टाकली — म्हणून वाचवता आलं, सारी त्याचीच योजना.'

'कोण.... आहात... आपण?' हा प्रश्न विचारण्यासाठी ओठ विलग होतात पण शब्द फुटत नाही...

तरीही प्रश्न समजला जातो. उत्तर मिळते.

'मी निरंतर. लोक मला स्वामी निर्भय निरंतर म्हणतात. घाबरू नकोस. तू पूर्ण सुरक्षित आहेस...'

स्वामींशी झालेली पहिली भेट.

त्यानंतर नंदिता एखाद्या कळसूत्री बाहुलीसारखी स्वामींच्या पाठोपाठ त्यांच्या मठात गेली. घरी जाण्याचा विचारही तिच्या मनात आला नाही. जणू नंदन ते घर स्वतःबरोबरच घेऊन गेला होता....

स्वामी रोज तिला उपदेश करीत — 'दुःख नको करू पोरी. नंदन गेला

नाही, तो आहे. तुझ्या अवतीभवतीदेखील आहे. फक्त तुला तो दिसत नाही. कारण त्याने इहलोकीच्या देहाचा त्याग केला आहे... पण तो नष्ट झालेला नाही. इथल्याप्रमाणेच तिथेही तो सुखात आहे. त्याचा मृत्यू झाला म्हणजे काही भयानक घटना घडलेली नाही. एका दालनातून दुसऱ्या दालनात प्रवेश करावा, तसा त्याच्या आत्म्यानं या लोकातून त्या लोकात प्रवेश केलेला आहे.'

हळूहळू नंदिताचा तोल सावरू लागला. पण तिच्यातली पूर्वीची लाजरी, खेळकर, आनंदी तरुणी नाहीशी झाली होती. ते चैतन्य नंदनबरोबरच निघून गेले होते. आता तिच्या जागी अवतरली होती एक शांत, गंभीर, सतत विचारात बुडलेली संन्यासिनी. स्वामींच्या उपदेशाने तिच्या मनात एक नवीनच जाणीव जागी झाली होती. परलोक.... तो तर या इहलोकातच आहे... फक्त आपली दृष्टीच मर्यादित आहे... भुवनामाजी भुवने । ज्ञानियाचे पाहाणे ।।... हे ज्ञान चिंतनाने मिळेल... ध्यानाने मिळेल. साधनेने मिळेल... श्रद्धेने मिळेल. नंदिता स्वामींवर पूर्ण श्रद्धा ठेवून होती. वियोगाचे दुःख नष्ट झाले होते. मृत्यूचे भय लोप पावले होते. तिचा जणू पुनर्जन्म झाला होता —

या स्थित्यंतराला दिवस मात्र फारच थोडे लागले. प्रकाश पडताच पदार्थ दिसायला किती वेळ लागतो? शेवटी फरक वेळेचा नसतो. अंधार-उजेडाचा असतो. बघताबघता नंदिता बदलली. काल दुःखाने भ्रमिष्ट झालेली नंदिता आज सावचित्त झाली.

नंदिता घरी जायला निघाली.

नंदन आपल्याबरोबर सारेच घर घेऊन गेलेला नाही... सासू, सासरा — त्यांचे दुःख दूर करायला हवे. त्यांची समजूत घालायला हवी... त्यांना सांगायला हवे. नंदन या घरातून मोठ्या घरात राहायला गेला... मग यात दुःख कशाचे? मृत्यूचे भय नको... त्याच्या — तसेच तुमच्या, स्वतःच्याही —

इतके दिवस ती कुठे होती? ती कसलेही स्पष्टीकरण देणार नव्हती. त्याची गरज नव्हती. जननिंदेची भीती नव्हती. आता कसलीच भीती नव्हती. ती स्वामीजींसारखीच निर्भय झाली होती...

प्रस्थानाची घटिका जवळ येत होती...

मनातले सारे विचार जागच्या जागी ठेवून स्वस्थ बसलेली नंदिता. काही जाणवत नव्हते. काही टोचत नव्हते की काही सुखवत नव्हते. सारे गाळ खाली बसलेले. मन नुसते स्वच्छ, नितळ, निश्चल झालेले पाणी.

बसल्याबसल्या मनाची तंद्री लागली. दूरवरून कसला तरी उजेड आल्यासारखा दिसला... त्याने मन बावरले नाही... कारण ते नेहमीसारखे चंचल राहिलेच नव्हते. त्याने शांतपणे आपल्या पाकळ्या सूर्यकमळासारख्या

प्रकाशाच्या दिशेला वळवल्या. आणि तो प्रकाश हलकेच त्या पाकळ्यांवर उतरला. पाहता पाहता सूर्यकमळ प्रकाशाने भरून गेले. पण हा प्रकाश नेहमीचा नव्हता... त्यात काहीतरी हालचाल होती... कुणाचे तरी परिचित रूप त्यात जाणवत होते.

नंदितेच्या चर्येत फरक पडला.

स्वामीजी चमकले. हे काय होते आहे?

ते पुढे झाले नाहीत. लांबूनच ते पाहात राहिले. नंदितेची प्रत्येक हालचाल टिपत राहिले —

नंदिता बोलू लागली... पण हा तिचा स्वतःचा आवाज नव्हता.

नंदिता बोलत होती वेगळ्या आवाजात — पण तरीही ती नंदिताच होती —तिला संदेश आला होता.... परलोकातल्या नंदनकडून संदेश आला होता —याचा अर्थ नंदितामध्ये एक विलक्षण शक्ती जागी झाली होती — परलोकातले संदेश ग्रहण करण्याची शक्ती.

स्वामीजींच्या आनंदाला पारावार राहिला नाही. आजवर ते अशाच व्यक्तीच्या शोधात होते. त्यांनी पारलौकिकाचा अभ्यास केला होता. पण तो अभ्यास अपुरा होता; कारण प्रत्यक्ष स्वामीजींना परलोकातले संदेश ग्रहण करता येत नसत. ती विशिष्ट शक्ती त्यांच्यात नव्हती. व्यासंगाने मिळण्यासारखी नव्हती.

आणि आता परमेश्वरानेच पाठवल्यासारखी नंदिता त्यांना भेटली होती. अगदी अचानक तिच्यात शक्ती असल्याचे त्यांच्या लक्षात आले होते.

त्यांच्याबरोबर राहून नंदिताने त्यांच्या कार्यात मदत केली असती तर —

एका क्षणात हे सारे विचार त्यांच्या मनात तरळून गेले.

नंदिता बोलतच होती.

स्वामी कान देऊन ऐकू लागले —

'नंदनचा संदेश आहे... तुमचे उपकार मानतो... त्याच्या पत्नीला... नवी जाणीव दिलीत... वस्तुस्थिती सांगितलीत... मी सुखात आहे... तिला सांगा, हा मार्ग सोडू नकोस. तुम्हीही तिला साहाय्य करा... सन्मार्गापासून परावृत्त करू नका... मोह नको... सुखी होवो...'

बसल्याबसल्या नंदिता भुईवर डोके टेकून पडली. मोकळ्या केसांनी तिचा चेहरा झाकला गेला होता. या क्षणी ती पूर्ण रिती होती. तो गेला होता, पण अजून मूळ शरीराची जाणीव आलेली नव्हती. तिचा देह फार असहाय वाटत होता.

स्वामी पुढे झाले. तिला हाताला धरून उठवण्यासाठी.

पण आत्ताच नंदन बोलला तो शब्द त्यांना आठवले – 'मोह नको... मोह

नको...’

चपापल्यासारखे स्वामी मागे झाले.

नंदिता हळूहळू थाऱ्यावर आली.

‘काय झालं? जाऊ ना मी घरी?’ तिने विचारले.

समोरच्या समईचा प्रकाश तिच्या चेहऱ्यावर झळाळत होता. या क्षणी ती फार आकर्षक दिसत होती. जणू एखादे दिव्य पारलौकिक शरीर ती ल्यायली होती. आणि तरीही ती अत्यंत विलोभनीय, मातीचीच उभारलेली आकृती दिसत होती. केवळ शरीर म्हणून प्राप्त करून घ्यावीशी —

स्वामींनी विचाराला आवर घातला. नंदिता विचारीत होती— ‘जाऊ ना मी?’

‘नाही, नंदिता. आत्ता नंदन आला होता. त्यानं माझ्यावर जबाबदारी टाकली आहे — तुला सन्मार्गाला लावण्याची.’

‘त्यानं?’

‘नंदिता, तुझ्याकडे मी याचना करतो. तू माझ्या सोबत राहा. माझ्या कार्याला मदत कर. आपण जनतेला पारलौकिकाचं ज्ञान करून देऊ. तुझ्यात अलौकिक शक्ती आहे, नंदिता. ती वाया घालवू नकोस. नंदनकडून तुला दैवी साक्षात्कारच झाला आहे. आता तुझं कार्य फार मोठं आहे.’

‘मी — मी कसलं कार्य करू?’

‘घरी परत जाऊन तू केवळ सासूसासऱ्यांचं दु:ख निवारायचं आहे. त्यांना मृत्यूपासून निर्भय करायचं आहे.’

नंदिता विचारात पडल्यासारखी स्तब्ध उभी.

‘नंतर आपण देशभर फिरू. प्रवचनं देऊ. मठाची स्थापना करू.’

ती अजूनही विचारातच.

‘मग –? देशील ना मला साथ?’

नंदिता खाली वाकली. तिने स्वामींच्या चरणांना स्पर्श केला.

त्यानंतर चार वर्षे लोटलेली. दोन संन्याशांचा जीवनक्रम एकत्र चाललेला. उज्जयिनीहून काशी, काशीहून आग्रा... मग दक्षिणेत... पुन्हा मध्यप्रदेशात नंतर पेशव्यांच्या पुण्यात...

सबंध देशभर फिरून दोघे प्रवचने देत. पारलौकिक संदेशाची प्रात्यक्षिके करीत. जनतेत नवीन विचार आणण्याची शिकस्त करीत. लोक गोळा होत, प्रवचने ऐकत. कुणी ज्ञानासाठी, कुणी रंजन म्हणून — कुणी हेटाळणीसाठी, त्यांना खोटे ठरविण्यासाठीदेखील.

दोघांच्या संबंधांविषयी लोक नाही नाही ते बोलत. पण दोघेही त्या

पलीकडे होती. त्यांचे आयुष्य संन्यस्त होते.

— अशी चार वर्षे गेली.

आणि आजची अमावास्या.

विचार करता करता गेल्या चार वर्षांतल्या साऱ्या घटना नंदितेच्या डोळ्यांसमोरून जातात.

वाटते, या प्रवासात कुठे पोहोचलो आहोत आपण?

काय साधले? काय गमावले?

काही कळत नाही.

असल्या प्रश्नांची उत्तरे काळच देतो.

– एकाएकी वाड्याचा दरवाजा ठोठावला जातो. साखळी खळखळ वाजते, उद्दामपणे.

नंदिता तंद्रीतून खाडकन् जागी होते.

दारात घोडेस्वार उभे असतात.

सर्वांत पुढचा घोडेस्वार घोड्यावरून उडी मारून खाली उतरतो.

दरवानाला सांगतो — 'स्वामीजींना बोलाव. श्रीमंतांचा निरोप आहे.'

'स्वामीजी ध्यानाला बसलेत.'

जासूदाच्या कपाळाला आठी पडते. 'सांगितले ना, श्रीमंतांचा निरोप आहे म्हणून''

दरवान चुळबुळत उभा.

नंदिता खाली येते.

'काय झालं?' ती विचारते.

अमावास्येला चंद्र उगवलेला पाहून जासूद थक्क. ओशाळल्या आवाजात तो सांगतो —

'स्वामीजींना वाड्यावर बोलावलं आहे, आत्ताच्या आत्ता.'

'आत्ता, रात्रीच्या तिसऱ्या प्रहरी?' नंदिता आश्चर्याने विचारते, 'सूर्योदयानंतर आलं तर नाही का चालणार?'

'नाही बाई.' जासूद असहायपणे सांगतो. 'श्रीमंत सरकार फार बेचैन आहेत. दिवसाच्या तिसऱ्या प्रहरापासून पिणं चाललंच आहे. त्यात कुणी तरी आपल्याविषयी काहीतरी कानावर घातलं. झालं, स्वारी खवळली. आत्ताच्या आत्ता बोलावून आणा — लगेच शहानिशा करतो, म्हणून हटून बसली. नाइलाजानं आलो घेऊन निरोप.'

'ठीक आहे, स्वामीजी येतील. आपण पुढे व्हा.' जासूद एका घोडेस्वाराला पाठीमागे ठेवतो. सोबत वाड्यावरून पाठविलेली काळ्या घोड्याची बंद गाडी.

इतर घोडे काळोखात दौडत दौडत नाहीसे होतात.

काही क्षणातच स्वामीजी खाली येतात. म्हणतात, ‘चला.’

‘थांबा, मीही बरोबर येते.’ नंदिता म्हणते.

‘नको, कशाला?’ मग हलक्या आवाजात ते तिला सांगतात — ‘तुझ्यासारख्या रूपवती तरुणीनं वाड्यात येणं चांगलं नाही. श्रीमंतांची बायकांच्या बाबतीतली कीर्ती ठाऊक आहे ना?’

‘असू दे. मी भीत नाही. आपल्यावर काही प्रसंग ओढवलाच, तर माझी मदत नाही का होणार?’

‘प्रसंग कसला?’

‘वेळकाळ काही सांगून येत नाही. मी येते बरोबर.’

दोघे बंद गाडीत चढतात. गाडी सुरू होते. घोडेस्वार गाडीच्या पुढे दौडू लागतो.

वाड्यात सारे शांत असते. फक्त एका दालनात झुंबर जळत असते.

जासूद स्वामींना आणि नंदितेला आत घेऊन येतो.

श्रीमंत बिछायतीवर बसलेले. अंगावरचे जड कपडे, अलंकार इत्यादी उतरवून ठेवलेले. जीभ जड झालेली. डोळे तांबडेलाल. हातात मद्याचा प्याला.

जवळच कारभारी बसलेले. त्यांचा पोषाख मात्र, अगदी आत्ताच दरबार उठलेला असावा तसा नीटनेटका.

स्वामीजी आत येताक्षणी श्रीमंतांना मुजरा करतात. नंदिताही मान लववते.

‘आपणच स्वामीजी?’ श्रीमंत किंचित खवचटपणे उद्‌गारतात, ‘स्वामी निर्भय निरंतर— होय ना?’

‘होय, मीच.’

‘आमच्या कानांवर आपल्याविषयी तक्रारी आलेल्या आहेत, त्या खऱ्या का?’

स्वामी काहीच बोलत नाहीत.

‘आपल्या मठामध्ये आपण पिशाचं नाचवता.’

‘क्षमा असावी सरकार, पण हा आरोप खरा नाही.’

‘परलोकाविषयीच्या खोट्या कल्पना जनतेत पसरवून हे त्यांच्या चैनीला उत्तेजन देतात.’ श्रीमंतांच्या प्याल्यात मद्य ओतीत कारभारी म्हणतात.

‘हे खरं का?’

‘परलोकाविषयीच्या माझ्या कल्पना खोट्या नाहीत.’ स्वामीजी म्हणतात.

‘नरक आणि यमदूत अस्तित्वात नाहीत, असं सांगितल्यावर लोक पापाला

प्रवृत्त होणार नाहीत का?' कारभारी.

'मुळीच नाही. उलट परलोकात आत्म्याला विषयोपभोग मिळू शकत नाहीत, तेव्हा त्याविषयीची लालसा इथेच नष्ट करावी, असं मी सांगत असतो.'

'असं?' नंदितेकडे छद्मीपणाने पाहात श्रीमंत म्हणतात — 'आपण स्वत: त्या लालसेपासून मुक्त आहात, असंच आम्ही समजायचं का?'

'ही माझी सहकारी आहे!' स्वामी संतापाला आवर घालून म्हणतात, 'आमची दोघांचीही वृत्ती संन्यस्त आहे.'

'ह्या बाईच पिशाचं नाचवतात अशी ख्याती आहे.' कारभारी.

'आमच्या कार्याचा, कृपा करून असा उपहासानं उल्लेख केला जाऊ नये. हिच्या अंगी एक विलक्षण दैवी सामर्थ्य आहे; ज्यामुळं परलोकात आत्मे तिचा मध्यस्थ म्हणून उपयोग करून इहलोकातल्या माणसांशी संपर्क साधतात.'

'भाकडकथा! निव्वळ भाकडकथा!!' प्याल्यातील मद्य गटागट पिऊन प्याला रिता करीत श्रीमंत ओरडतात, 'परलोकातले आत्मे कशाला संपर्क साधतील? ते स्वर्गात जातात - किंवा नरकात जातात! त्याशिवाय त्यांना वेगळी गती नाही! तुम्हाला काय म्हणायचंय — आजवर ज्ञानी पुरुषांनी, कीर्तनकारांनी, पुराणिकांनी, कवींनी न् विद्वानांनी, स्वर्ग आणि नरक या दोनच ठिकाणी मृतात्मे वास करतात असं सांगितलं – ते सारे मूर्ख होते? की ते खोटं बोलत होते?'

श्रीमंतांचा आवाज विलक्षण चढलेला. केवळ मद्यानेच त्यांचा तोल जात आहे, असे नाही. त्यांच्या मनात एक विचित्र भीती जागी झाली आहे — त्या भीतीशी ते स्वत:च जणू झगडताहेत. त्यांच्यासमोर आता स्वामीजी नाहीत, कारभारीही नाहीत. त्यांच्यासमोर उभी आहे ती, फणा काढलेली एक अजस्र भीती – जी सावकाश त्यांच्या रोखाने पुढे होत आहे – तिच्यापासून प्राण वाचविण्यासाठी ते लढताहेत – एकटेच लढताहेत — आणि आपण हरणार आहोत, या खात्रीने ते अधिकच वेडेपिसे होत चालले आहेत.

'कोण म्हणतं परलोकातले आत्मे आमच्या भोवती आहेत? कशाला येतील ते इथं? आम्ही काय त्यांची श्राद्धं केली नाहीत? की त्यांनी स्वर्गाला जावं म्हणून होमहवन केले नाहीत? दानं दिली नाहीत, की ब्राह्मणांना एकादष्ण्या करायला लावल्या नाहीत? हे — हे सगळं खोटं? या – या सगळ्यांनी आमचे पूर्वज संतुष्ट झालेले नाहीत? तुम्हाला काय म्हणायचंय — ते इथं आहेत? आमच्यावर नजर ठेवून आहेत?' भीतीने त्यांचा चेहरा आक्रसतो. डोळ्यांत एक वेडसर चमक येते. आक्रसलेल्या चेहऱ्यावर भेदक स्मित येते. 'तुम्हाला या भलत्या प्रहरी इथं कां आणण्यात आलं माहीत आहे? — तुम्ही दिवसाचा प्रकाश पाहू नये म्हणून!

तुमची दोघांचीही रवानगी वाड्यातल्या अंधारकोठडीत होईल! तुमची आणि तुमच्या जगावेगळ्या मतांची!' पुन्हा झोकांड्या खात, बोटे नाचवीत, ते ओरडतात — 'तुम्हाला काय वाटलं, तुम्ही जगभर सांगत फिराल की आमचे पूर्वज स्वर्गात न जाता इथं आमच्या कर्तृत्वावर पहारा करीत आहेत — आणि ते सांगायला आम्ही तुम्हाला मोकळं ठेवू? कोण आहे रे तिकडे —'

पण त्यांचे पुढचे शब्द तोंडातल्या तोंडातच राहतात. अचानक खळ्कन आवाज होऊन झुंबर खाली कोसळते. दालनात बिलोरी काचांचा खच पडतो. वाऱ्याचा एक प्रचंड झोत दालनात शिरून सर्वत्र घोंगावू लागलेला. त्यामुळे तुळईला टांगलेली हंडी जोरजोराने हेलकावू लागलेली. तिच्यातल्या वाती, आता विझतात की मग, अशा झालेल्या. त्या विझल्या की मग दालनात सारा काळोख पसरेल...

विझू पाहणाऱ्या त्या वातींच्या अंधुक उजेडात श्रीमंतांना दिसतो, तो आंतरिक तेजाने उजळलेला, नंदितेचा चेहरा. तो चेहरा आता मघासारखा रूपवान राहिलेला नाही — कारण तो विलक्षण क्रुद्ध आहे — संतप्त आहे... ओठ चिडीने विलगले आहेत... त्यातून बाहेर पडणारा आवाज विलक्षण धारदार आहे.

'ते आले आहेत थोरले पेशवे... ज्यांनी पराक्रम गाजवून मराठी मुलूख वाढविला... ते... शरमेने मान खाली... पाहून... आपल्या वंशजाचा अध:पात... ब्राह्मणभोजनं घातलीत... आम्ही स्वर्गाला जावं म्हणून... दानं लुटून मुलूख वाढत नसतो... चैन कमी व्हावी... विलास आटपावेत... पराक्रम वाढवावा... नाहीतर टोपीकरांच्या.... घशात... सारा मुलूख जाईल... सावध व्हा... नाहीतर दास्य येईल... सारा देश आपल्या नावानं बोटं मोडेल... कुत्र्याच्या मौतीनं मरावं लागेल... सावध व्हा... सावध व्हा... पराक्रमावर राख जमली आहे... फुंकर कुणी घालायची... सावध...'

नंदितेच्या चेहऱ्यावरचे तेज हळूहळू मावळत जाते... बेहोषपणे अंग टाकून ती गालिच्यावर पसरलेली. दालनात मत्तपणे संचारणारे ते वादळवारे थांबलेले. हंडीचे झोके थांबलेले, वाती स्थिर झालेल्या.

तारवटलेल्या नजरेने गालिच्यावर पडलेल्या नंदितेकडे बोट दाखवीत श्रीमंत थकल्या आवाजात बोलतात —

'घेऊन जा. या दोघांनाही घेऊन जा. अंधारकोठडीत ठेवा आणि उद्याचा दिवस उजाडण्याच्या आत यांना देहदंडाची सजा द्या.'

'देहदंड?' कारभारी विस्मयाने विचारतात.

'मग? आमची निर्भर्त्सना करून ते जिवंत राहतील? कशासाठी? ज्यांच्या

कीर्तीच्या आगीत आम्ही होरपळत आहोत, त्या आमच्या पूर्वजांना पुन्हा आणण्यासाठी? आमची नालायकी पुन्हापुन्हा त्यांच्या तोंडून ऐकून घेण्यासाठी? नाही, नाही —दोघंही मेलीच पाहिजेत — या क्षणानंतर जनतेला त्यांचं नख दिसता कामा नये! शक्य तितक्या गुप्तपणे — ही बातमी वाड्याबाहेरही जाणार नाही, इतक्या गुप्तपणे — पण ही दोघं मेली पाहिजेत! मेलीच पाहिजेत!'

अंधारे तळघर.

त्याला एक अगदी चिमणीएवढा लहानसा झरोका. त्यातून आत आला न आलासा प्रकाश. चार चिरेबंद भिंतींनी जमवलेल्या काळोखात, तो कुठे नाहीसा होतो, हे कळतही नाही...

विचारात मग्न होऊन बसलेली नंदिता. त्या अरुंद जागेत हातभर अंतरावरच बसलेले स्वामीजी.

दोघेही एकमेकांशी बराच काळ काही बोलू शकत नाहीत. बोलण्यासारखे उरलेलेच काय आहे?

मग स्वामी तिच्या किंचित जवळ सरकतात.

तिच्या खांद्यावर हात ठेवतात.

तिला थोडे विचित्र वाटते.

स्वामी तिला कधी स्पर्श करीत नाहीत.

'नंदिता -' स्वामींची हाक आज नेहमीपेक्षा वेगळीच.

'नंदिता - आपण आज मरणार आहोत.'

'हं.'

'नंदिता, इतर कुणाकडे सांगायला लाज वाटली असती — पण – तुझ्याकडे– तू मला ओळखतेस नंदिता. आजवर मी तुझ्याशी अत्यंत संयमाने वागलो. इतर कुणालाही अशक्य अशा संयमानं.'

'हे काय बोलणं आज काढलं आहे?'

'आजवर मी साऱ्या वासनांना उपाशी ठेवलं. कडक ब्रह्मचर्य पाळलं, त्यातून तुझ्यासारखी रूपवती मला भेटली. तरीही मी मनाला आवर घातला. आपल्या कार्याची शुद्धता राहावी म्हणून. आपल्या नात्याची प्रतिष्ठा राहावी म्हणून. पण आता मरणाच्या दारात असताना वाटतं — इथून अतृप्त जाऊ नये. वासना तशीच अपुरी सोडून जाऊ नये.

'स्वामीजी —'

'दूर जाऊ नकोस नंदिता, आता कुणासाठी आपण चारित्र्य शुद्ध राखायचं?

आता आपल्याला जगाचं दर्शनही होणार नाही... ना जगाला, आपलं.'

अंधारात एखाद्या सर्पाला स्पर्श व्हावा तशी दचकून नंदिता उभी. एक क्षण — फक्त — एकच क्षण तिला विलक्षण घृणा वाटते. जे विचार पूर्वीच आपण फेडून टाकले, त्यांची ओंगळवाणी लक्तरं अंगावर पडली, असे वाटते — पण त्यातून ती सावरते. मग तिला आपल्याकडे याचना करणाऱ्या त्या पुरुषदेहाविषयी अपार अनुकंपा वाटते. एखाद्या मातेच्या वात्सल्याने ती त्यांना म्हणते —

'स्वामीजी, भलत्या मोहात स्वत:ला हरवू नका. मला माहीत आहे, तुम्ही खरे असे नव्हेत. हा काळाकुट्ट क्षण तुम्हाला भुलवतोय — आजवर धैर्यानं संयम पाळलात... तसेच या एका क्षणाला जिंका...'

'कशासाठी...? पण नंदिता हे कशासाठी?'

'आजवर तुम्ही जगाला सांगत आलात... विषयवासना जिंका... म्हणजे परलोकात दु:ख होणार नाही... मृत्यूनंतर —'

स्वामीजी एकदम नंदितेच्या कमरेला मिठी मारून लहान मुलासारखे हमसाहमसी रडू लागतात.

'काय झालं, स्वामी — काय झालं?'

'मला भीती वाटते नंदिता... भयंकर... भीती वाटते...'

'कसली?'

'मरणाची. मला मरायचं नाही नंदिते, मला मरायचं नाही — आणि संयम ठेवायचा नाही. मला संन्यासी राहायचं नाही — आपण लग्न करून संसार करू. मला सुख हवं — शरीरसुख हवं — मला जिवंत राहायचंय — मला मरायचं नाही ग — मला मरणाची भीती वाटते — '

'मरणाची भीती? निर्भय निरंतराला? नाही नाही स्वामी, कुणातरी दुष्ट शक्तीनं या क्षणी तुमचा ताबा घेतला आहे. त्याशिवाय तुम्ही असं बोलणार नाही! मरणाची भीती सोडायला तुम्हीच लोकांना सांगत आलात आजवर — '

'असेल — मला ते खरं वाटत नाही — मला काही सुचत नाही — दुसऱ्यांच्या मरणाचा विचार मला कशाला? मला स्वत:ला — मला मरायचं नाही — मला —'

'शांत व्हा स्वामी. मरण भयंकर नाही. मरण म्हणजे केवळ या शरीराचा त्याग — परलोक इहलोकासारखाच आहे.'

क्षणभरच स्वामी तिच्याकडे पहात राहतात. स्वत:चेच शब्द तिच्या तोंडातून ऐकत राहातात. मग सारे असह्य होऊन तिला म्हणतात —

'नंदिता! हे बोलू नकोस — निदान या क्षणी तरी बोलू नकोस! कारण

हे सारं — सारं खोटं आहे! मी एक सामान्य — अतिसामान्य माणूस होतो नंदिता — पण जनतेनं मान द्यावा, सन्मान करावा यासाठी हपापलो होतो. रूढ तत्त्वापेक्षा काहीतरी वेगळं सांगितल्याखेरीज लौकिक मिळणार नाही म्हणून — म्हणून मी माझं स्वत:चं तत्त्वज्ञान उभारलं; पण ते खरं नाही ग! खरं नाही; खरी आहे ती फक्त भीती! मरणाची भीती! मी काय करू ग? मी कुठं जाऊ?'

आणि ते तिला गच्च मिठी मारून हुंदके देऊन रडू लागतात.

नंदिता एखाद्या कठपुतळीसारखी उभी! तिला त्यांचे आश्चर्य वाटत नाही. दु:ख होत नाही, संताप येत नाही, की द्वेष वाटत नाही. तिच्या चारी बाजूंनी आता फक्त संभ्रमाच्या लाटा हेलावत आहेत.

स्वामी म्हणतात, की इतकी वर्षं सांगितलेलं खोटं — मग काय खरं? इतके दिवस या माणसावर श्रद्धा ठेवली — तो माणूस आज खोटा निघाला. पण ती श्रद्धाही खोटी? आणि खोट्या माणसावरच्या खऱ्या श्रद्धेनं आपल्याला दिलं ते खरं की खोटं? परलोक खोटा — मग आपल्यापर्यंत संदेश घेऊन येणारा तो प्रकाश खरा की खोटा? आणि मग मृत्यू म्हणजे काय? आपण आजवर जे सांगत आलो ते, की वेगळेच काही? ते आत्ताच्या या क्षणाइतके कडवट, भेसूर असेल का? आणि मृत्यूनंतर आपण कुठे जाऊ? तिथे कोण असेल? नंदन — की स्वामीजी? आजवर आपण त्यांना साथ दिली — ती यापुढे तोडायची नसेल, तर ती टिकेल तरी कशी?..

प्रश्न... प्रश्न... प्रश्न... कोठडीतल्या अंधारात नंदिता उभी आहे... ज्याच्या चरणाशी ती आजवर लीन झाली, तो तिच्या पायाशी पडला आहे – कोठडीत काळोख दाटून आला आहे —

नंदिता वर पाहाते. चिमणीएवढ्या छोट्या झरोक्यातून नव्या दिवसाचा प्रकाश भीत भीत आत येत आहे... तो चिमुकला प्रकाश खरा, की भोवताली उसळणारा हा काळोखाचा समुद्र खरा?

■

झुला

कृष्णा नुसती बसून होती. एका बारक्याशा तिपाईवर. एन्ट्रीची वाट पाहात. लक्ष नसल्याप्रमाणे. निर्विकारपणे जाजमांच्या घड्यांकडे पाहात. बँडच्या संगीतावरून तिला कळत होते की रिंगणात घोडे दिसताहेत.

पांढरे शुभ्र घोडे. एकापाठोपाठ एक चौदा पांढरे घोडे. त्या घोड्यांवर स्वार झालेला राजबिंडा जयवंता. पाहता पाहता बसल्याचा उभा होणारा. उभ्या उभ्या दुसऱ्या धावत्या घोड्यावर उडी घेणारा. एकाच वेळी तीन घोड्यांचे लगाम हातात घेणारा. पुन्हा जमिनीवर उडी टाकणारा. आणि डोळ्यांचे पाते लवते ना लवते तोच पाठीमागच्या घोड्यावर स्वार होणारा.

जयवंता. तांबड्यालाल सॅटिनचा भरजरी पोषाख चढवून, राजपुत्राच्या रुबाबात वावरणारा जयवंता.

कृष्णेने एक नि:श्वास सोडला.

जयवंताच्या नावाने.

एके काळी तिला हा घोड्यांचा आयटेम अतिशय आवडायचा. त्यासाठी ती स्वत:ची सगळी तयारी लौकर आटपून तयार राहायची.

गोणपाटाचे आडोसे लावून तात्पुरत्या तयार केलेल्या 'ग्रीनरूम'मधून बाहेर पडून एका ठरावीक जागी उभी राहायची. तिथून सारे रिंगण दिसत नसे. पण त्याचा एक कोपरा दिसायचा. त्या कोपऱ्यात क्षणाक्षणाला जयवंताचा घोडा येई. क्षणाक्षणाने तिचे मन उसळ्या घेई. बँडच्या तालावर नाचत राही. स्वत:ला विसरून जाई. स्वत:ला, आणि स्वत:च्या आयटेमलाही.

पण आता ते सारे संपले होते. सवयीने ती पोषाख करून वेळेच्या आधीच तयार राहू लागली होती, हे खरे. पण घोड्यांच्या आयटेमचे संगीत सुरू

झाले, तरी ती काही बसल्या जागेवरून उठत नसे. संगीत ऐकू येतच राही. मिनिटामिनिटाला टाळ्यांच्या फैरी झडतच राहात; पण कृष्णाच्या लेखी घोड्यांच्या कार्यक्रमाचे कौतुक संपले होते. त्या कार्यक्रमाचे आणि त्या कार्यक्रमाच्या सम्राटाचे — जयवंताचे.

एके काळी रंगात आला असताना तिने त्याला आपली स्वप्ने ऐकवली होती —सर्कस सोडण्याची, संसाराची, मुलाबाळांची. त्यानेही गंमत म्हणून त्यात स्वत:चे रंग भरले होते; पण ते रंग रोज चेहऱ्याला थापल्या जाणाऱ्या रंगांइतकेच खोटे निघाले... हळूहळू लक्षात आले की जयवंता सर्कसमधल्या इतर पुरुषांपेक्षा वेगळा नाही. कृष्णेच्या मनात काही तरी हलल्यासारखे झाले. जयवंता इतर पुरुषांसारखाच निघाला, म्हणून तिने जयवंताला दोष दिला नव्हता. पण पुरुष आपल्याशी असे वागतात, या कल्पनेनेच तिच्या पायाखालची भुई सरकली होती. 'सर्कसमधल्या पोरीला कशाला हवाय संसार?' असे म्हणून जयवंता जणू तिच्या जगण्यावरच थुंकला होता. सगळ्यांना असेच वाटत असेल, तर जगायचे कुणाच्या आधारावर?

– टाळ्यांचा मोठा कडकडाट झाला आणि बँड वाजायचा थांबला. जयवंताचा आयटेम संपला होता.

जयवंताचे प्रकरण संपल्यानंतर काही दिवस कृष्णा खिन्न झाली होती. खट्टू झाली होती. पहिल्यापहिल्यांदा ट्रॅपिझवर काम करताना तिला असेही वाटले होते, की द्यावे हात सोडून आणि सर्कसच्या रिंगणातच संपवावे आयुष्य! त्यातूनच या सर्कसचे वैशिष्ट्य म्हणून जाहिरात केली जायची की 'ट्रॅपिझ'च्या 'आयटेम'मध्ये खाली जाळी धरली जात नाही. झुल्यावर कामे करणारा प्रत्येकजण मरणाशी सलगी करूनच कामे करतो... कृष्णेलाही वाटले होते, की एक दिवस झुल्यावरून सरळ खाली सूर मारावा... थेट मरणाच्या वासलेल्या जबड्यात. नाही तरी आणखी चारदोन वर्षांत आपले शरीर झुल्यावरच्या कामाचे राहणारच नाही — कुठे फेकले जाऊ कुणास ठाऊक! एका परीने तेही मरणच!

पण मोठ्या कष्टाने तिने तो विचार आवरला होता. किंबहुना सवयीनेच ती झुल्यावरचे हात कधी सोडू शकली नाही. आयटेम कधी होऊन गेला कळतही नसे... आणि मग मरणाचा विचारही डोक्यातून कधी निघून गेला, हे कळले नाही...

हळूहळू ती पूर्वीसारखी हसू-बोलू लागली. इतर मुलींत मिसळू लागली.

पण कधी तरी मनात विचार येई, आपले पुढे काय? झुल्यावरची कामे करण्याइतके शरीर चपळ राहिले नाही, की नंतर काय? आत्ताच आपण निबर दिसू लागलो आहोत. मुळातल्या बेताच्या सौंदर्याला वय सहज जिंकील. मग

काय? – मॅनेजरची नाही तर रिंगमास्तरची भूक भागवीत त्याने फेकलेल्या तुकड्यांवर जन्म काढायचा? — तो म्हणेल ते मुकाट्याने ऐकत —? चाबकाच्या धाकातल्या गरीब जनावरांसारखे?

पण कृष्णेला पडलेली काळजी लौकरच दूर झाली होती. गरीब स्वभावाचा मायकेल सर्कशीत आल्यापासून.

मायकेलचा स्वभाव खरेच एखाद्या निष्पाप अर्भकासारखा होता. गोव्यातल्या खेडेगावातून तो कधी काळी घर सोडून बाहेर पडला होता. कुठल्यातरी बारक्या बारक्या सर्कसमधून कामे करता करताच त्याने झुल्यावरचे काम शिकून घेतले होते. तसे ते काम कठीणच; पण त्याहूनही कठीण होते ते मायेचे माणूस भेटणे. मायकेल एखाद्या चुकलेल्या पोरासारखा सैरभैर झाला होता. तो सर्कशीत आल्याआल्याच कृष्णेने हे ओळखले. 'याला आपल्या इथले 'ट्रॅपिझ'चे काम दाखवून ठेव' असे म्हणून मॅनेजरने त्याला तिच्या स्वाधीन केले. त्या क्षणापासूनच जसे काही तिने त्याला आपले मानले.

अंधारी रात्र... मायकेल इतर मुलांबरोबर खेळ संपल्यानंतर बाहेर गेला होता... परत आला आणि कंपनीत झोपायला जाऊ लागला, तेव्हा अंधारातूनच त्याची वाट पाहणारी कृष्णा पुढे झाली होती. 'कुठे गेला होतास?' या प्रश्नाला उत्तर देण्यासाठी त्याने तोंड उघडले — तेव्हा आलेल्या भपकाऱ्यानेच प्रश्नाचे उत्तर मिळाले. काय होते आहे हे कळण्याच्या आधीच कृष्णेची चपराक त्याच्या गालावर बसली होती. 'मला माफ कर.' असे काही तरी तो तोंडातल्या तोंडात बोलू पाहणार, एवढ्यात स्वत:च ओक्साबोक्शी रडत कृष्णेने त्याला जवळ ओढले होते. तिच्या छातीवर डोके ठेवून तोही मनसोक्त रडला होता...

त्या दिवसापासून त्याच्या निळ्या डोळ्यांतला हरवलेला भाव नाहीसा झाला होता — चेहऱ्यामागचा चुकलेला मुलगा जाऊन त्याची जागा एक निर्धास्त पुरुष घेऊ लागला होता... मात्र तो पुरुष तिच्या आज्ञेत होता. जयवंतासारखा तिला आज्ञा करणारा नव्हता.

मोठा बँड आता थांबला होता.

लहान स्वरमंडल वाजत होते.

कृष्णा बसल्या जागची उठली आणि आरशाशी गेली. मेकअप् ठीक झाला आहे ना हे तिने पाहिले. तंग ब्रेसियर्स आणि तंग पॅन्ट आता अधिकच तंग होताहेतसे तिला वाटले. तिने ती उगाचच खाली ओढल्यासारखे करून कपडे ठाकठीक बसविले. वयाबरोबर आपण थोडे जाड होऊ लागलो आहोत, अशी शंका तिला आली.

थोड्याच दिवसांत आपल्याकडे कुणी पाहिनासे होईल.

पण भीती कशाला? मायकेल आहे! मायकेल आहे! मायकेल माझाच आहे! माझ्याशिवाय दुसरीकडे कुठे जाणार तो?

मायकेल मला कधीच कंटाळणार नाही. माझे कितीही वय झाले तरी! मी कशीही दिसू लागले तरी! मी काही सर्कशीतल्या इतर मुलींसारखी नाही, त्याच्यामागे गोंडा घोळणारी! आमचं नातं वेगळं आहे, अधिक खोलवर आहे! माझ्यावाचून त्याचे मुळी चालणारच नाही.

कोपऱ्यात ठेवलेल्या मडक्यातून अर्धा ग्लास पाणी घेऊन कृष्णा ते प्याली.

आज मनात कुठेतरी रुखरुख लागली होती.

कसली? मन चटकन कबूल करीना.

बाहेर पोरांच्या हसण्याचा — आरडाओरड्याचा आवाज चालू होता. प्राण्यांची मेलगाडी चालली असणार! त्यानंतर हत्तीचा कार्यक्रम.

कार्यक्रमांचा विचार केला तरीही मनाची रुखरुख थांबेना.

मायकेल कुठे आहे?

नेहमी तो तयारी आटोपल्याबरोबर समोर येऊन उभा रहायचा. नंतर दोघेही तंबूच्या मागच्या बाजूला कॅन्टीन असायचे, तिथे चहा नाही तर कोल्ड्रिंक प्यायची; पण आज आपल्या आयटेमची वेळ व्हायला आली, तरी त्याचा पत्ता नाही. दुसरे काही नाही, तरी ट्रॅपिझमधला आपला पार्टनर म्हणून तरी त्याने येऊन, आपण तयार असल्याचे सांगायला हवे.

आणि न यायला त्याला कारण काय झाले असेल?

दुपारी तो कुठेतरी गेला होता. आपण त्याची पुष्कळ वाट बघितली. पण तो आलाच नाही. आणि आला तो एकदम 'शो'च्या वेळेस. 'कुठे गेला होतास?' विचारले तर एक नाही नि दोन नाही. अवाक्षर न बोलता तो तंबूत तयारीला गेला. जाताना त्याने फक्त मागे वळून पाहिले. त्याच्या चेहऱ्यावर अपराधाची भावना स्पष्ट दिसली होती.

दुपारी गेला तरी कुठे होता हा?

जाऊ दे. आता त्याचा विचारच करायचा नाही, असे मनाशी म्हणत कृष्णा खाली बसली. ट्रॅपिझच्या खेळाचा विचार करू लागली. त्यावरच मन एकाग्र करू लागली.

— बॅण्डची धून – तरा ऽ रा रा ऽ तरार्रर्र रम् तरा ऽ रारा तरार र्र रम् -

चौघेजण रिंगणात... धावत येऊन मुजरा करतात... तीन वेळा वाकून... टाळ्यांचा कडकडाट... दोराची शिडी... दोन जोड्या दोन बाजूला. मार्था आणि

मायकेल—सलीम आणि कृष्णा... झुले... उंच उंच झुले... सारखे हिंदकळणारे झुले... समोरासमोरच्या झुल्यावर... कृष्णा आणि मायकेल समोरासमोर...

पण दुपारी गेला कुठे होता हा?

झुले... इकडून तिकडे हिंदकळणारे झुले... हिंदकळणारा झुला... तोच तर पकडायचा.

कनातीचा पडदा बाजूला करून मायकेल आत आला.

किती देखणा दिसतो हा या पोषाखात! पांढरा शुभ्र टफेटाचा झगझगीत पोषाख — त्याला जरीची काडी! छातीकडे आणि मांड्याकडे किती गच्च होताहेत हे कपडे याला? एवढी उभारून आलेली छाती! दंडाचा आकारही स्पष्ट कळतोय! आला तेव्हा मांड्या इतक्या भरदार नव्हत्या! मायकेलचे शरीर भरत चाललेय! अधिकाधिक मर्दानी होत चाललेय! मायकेल — माझा मायकेल!

– पण तिने मुद्रा शक्य तेवढी रागाची ठेवली. दुपारचा राग इतक्या लवकर गेला, असे त्यालादेखील वाटता कामा नये.

'सॉरी, कृष्णा,' मायकेल म्हणाला, 'मी तुला काहीतरी सांगायला आलोय. मघाशी बोललो नाही याबद्दल सॉरी — पण — पण माझी परिस्थितीच नव्हती काही बोलण्याची —'

'कुठे गेला होतास तू दुपारी?' किंचित कठोरपणाने कृष्णेने त्याला विचारले.

'तेच सांगतोय.' मायकेलचा आवाज थोडा कापत होता. 'मी माझ्या घरी गेलो होतो.'

जवळजवळ दहा वर्षांनी सर्कस मायकेलच्या गावी परत येत होती. या गावात मायकेलचे घर होते. तो घर सोडून गेला, तेव्हा त्याची आई होती. भावंडे होती. ती अजून तिथेच असतील का? त्याला माहीत नव्हते. आज इतक्या वर्षांनी योगायोगाने तो इथे येत होता; पण सर्कस येऊन आठ दिवस झाले, तरी त्याला आपल्या घरी जाण्याचा धीर होत नव्हता. कोण जाणे घरी कसं स्वागत होईल!

आपला मुलगा सर्कसमध्ये काम करतो, हे म्हातारीला कितपत खपेल कुणास ठाऊक! पण शेवटी मायकेलने ठरवले, की काय होईल ते होवो, पण आज आपण जायचेच घरी.

दहा वर्षे होऊन गेली, तरी मायकेलचे पाय वाट विसरले नव्हते. ते त्याला घराशी अचूक घेऊन गेले.

घराची पुष्कळ पडझड झाली होती. कौले फुटली होती. एका बाजूची

भिंत खचल्यासारखी झाली होती.

आणि मुख्य म्हणजे घराला कुलूप होते.

काय करावे ते मायकेलला कळेना. इतक्या वर्षांनी तो घरी परत येत होता. हे घर आपल्याला नावे ठेवील, शिव्या देईल, पण जवळ घेईल, असे त्याला वाटले होते; पण घराने यातले काहीच केले नाही. त्याला दूर ठेवून ते थंडपणे जागच्या जागी उभे होते.

त्याने आजुबाजूला पाहिले. चौकशी करण्यासारखे कुणीही दिसत नव्हते. उलट दोनचार तोंडे पाहत होती, ती पटकन आत गेली.

काहीच न सुचल्यामुळे मायकेलने घराच्या चारी बाजूंनी हिंडून पाहिले. पुन्हा कुणीतरी आपल्याकडे पाहतेय, असा भास त्याला झाला. पण नीट पाहिले तेव्हा ते पाहणारे कुठेतरी नाहीसे झाले.

तो घराच्या मागच्या बाजूला आला. एक छोटे दार होते. त्याला ते दार चांगलेच आठवत होते. त्याची कडी कधीच नीट लागत नसे.

दार अर्थातच बंद होते; पण त्याने ते ढकलले. जरा जोर लावताच ते खाडकन उघडले.

त्याने आत पाऊल टाकले.

आत सगळीकडे धुळीचा थर माजला होता. थोडेसे फर्निचर होते, तेही बरेच मोडतोड झालेले. भिंतीवरची ख्रिस्ताची तसबीर एका बाजूने वाकडी झाली होती. लहानपणी ख्रिसमसच्या आदल्या रात्री मायकेलचे सारे कुटुंब या तसबिरीसमोर प्रार्थना करीत असे.

एक झाकण निखळलेली ट्रंक समोर उघडी पडली होती आणि एक जुने कपाट. बस्स. सामान असे फारसे काहीच राहिले नव्हते.

तो हे बघत उभा असतानाच त्या बंद घराच्या बाहेरून लोकांच्या कुजबुजण्याचे आवाज ऐकू यायला लागले. मायकेल दचकला. मग त्याच्या लक्षात आले. बाहेरच्या कुणीतरी त्याला घरात येताना पाहिले होते. त्या माणसाने इतरांना बोलावून आणले होते. ते सारे मायकेलविषयी बोलत होते.

क्षणाचाही विचार न करता मायकेलने घराच्या माळ्याकडे धाव घेतली. दहा वर्षांचे अंतर जणू पुसले गेले. लहानपणी खेळात लपण्यासाठी तो जसा सामानाआड जात असे, तसाच – त्याच सवयीने तो – माळ्यावर गेला. सामान असे तिथे विशेष नव्हते. पण धूळ मात्र चिक्कार होती. एकदोन गंजलेल्या बालड्या, तीनचार फुटकेतुटके डबे असे काहीतरी तिथे पडले होते. त्याच्यामागे तो जाऊन दडला.

खरे तर त्याला लपायची काय गरज होती? हे घर त्याचेच होते. तो सांगू

शकला असता, की हे घर माझे आहे — माझे स्वत:चे! पण हा नंतरचा विचार झाला! त्या क्षणी त्याला वाटले की आपण इथे परके आहोत. ही माणसे आपल्याला परका समजणार आणि आपली विल्हेवाट लावणार —! शिवाय आता फार उशीर झाला होता. तो लपल्यामुळेच त्यांचा संशय अधिक पक्का झाला असणार!

एवढ्यात दरवाजा उघडला आणि ते सगळे आत घुसले. आता त्यांचा गोंधळ अधिकच स्पष्ट ऐकू येऊ लागला. बापरे! ते त्याला चोर समजत होते — आणि चोराला पकडून त्याला जन्माची अद्दल घडेल असे काहीतरी ते करणार होते.

भीतीने मायकेलच्या पोटात खड्डा पडला. ते कुणीच त्याला ओळखत नव्हते. कदाचित ओळख देऊनही ती त्यांना पटली नसती. दहा वर्षांपूर्वी त्यांनी त्याला पाहिले होते ते तेरा वर्षांचा लहान पोरगा म्हणून. आता इतक्या बदललेल्या मायकेलला ते कुठून ओळखणार?

त्यांचा गोंगाट वाढत गेला आणि मग हळूहळू कमी झाला. या रिकाम्या घरात तो गेला तरी कुठे असेल? याविषयी त्यांचा गोंधळ उडला होता. इकडे-तिकडे पाहून त्यांनी जमेल तेवढी शोधाशोध केली. मात्र मायकेलचे नशीब जोरावर! म्हणूनच त्यांना माळ्यावर यायची बुद्धी झाली नाही.

पण त्यांनी आपल्याला चोर समजावे? मायकेल विचार करू लागला. आपण त्यांच्या हाती लागलो असतो, तर आपले काय झाले असते, कुणास ठाऊक! आपण चोर? आपल्या स्वत:च्या घरात?

आता सारे शांत झाले होते. मायकेल धीर करून माळ्यावरून खाली उतरू लागला.

पण जिन्याच्या पायरीवर पाय ठेवला मात्र — एक विलक्षण भीती त्याच्या मनात दाटून आली.

कसली भीती? अजून ते बाहेर उभे असतील याची?

नाही. ती इतकी निश्चित नव्हती. त्याही पलीकडची — अगदी कसलेही स्पष्टीकरण देता येणार नाही, अशी ती भीती होती.

कारण नुसते पुढे पाऊल टाकायलाच त्याला आता भीती वाटायला लागली होती.

काही केल्या त्याचे पाऊल पुढे पडेचना. असे वाटत राहिले की आपण पाऊल टाकले तर ते पायरीवर ठरणारच नाही — आपण माळ्याच्या जिन्यावरून गडगडत सरळ खाली जाऊ.

समजा, जिन्यावरून पडलो तरी अशी काय मोठी दुखापत होणार होती?

पण ते नुसत्या दुखापतीचे भय नव्हते. खाली उतरणे, ही मुळी त्याला अगदी अशक्य गोष्ट वाटू लागली होती. हे भय नुसते त्याच्या मनात नव्हते, तर त्या वेळी ते त्याच्या पावलात उतरले होते. आपण आता दुसऱ्या क्षणी घसरणारच, या भीतीने पाऊल नुसते जागच्या जागी खिळूनच बसले होते. त्या वेळी जणू मायकेलची त्या पावलावर हुकमतच राहिली नव्हती. त्याने आपल्या मनाची किती प्रकारे समजूत घातली! एवढे सर्कसमध्ये ट्रॅपिझचे काम करणारे आपण नुसते माळ्याच्या जिन्यावर एक पाऊल टाकायला घाबरतो! कुणाचा यावर विश्वास बसणार?

किती वेळ त्या विलक्षण भीतीने पछाडून तो तिथे तसा उभा होता, कुणास ठाऊक! बाहेर हळूहळू दुपार टळायला लागली होती.

शेवटी त्याच्या मनाने पावलातल्या भीतीशी झगडा करायचे सोडून दिले. अतिशय थकून त्याने तिथल्या तिथे अंग टाकले...

जाग आली तेव्हा बाहेर काळोख पडला होता. सारे काही शांत झाले होते. मायकेल उठला आणि माळ्यावरून खाली उतरून आला. खाली येऊन त्याने कानोसा घेतला...

—आणि त्याच्या एकदम ध्यानात आले, की आता आपण अगदी सहजपणे माळ्याचा जिना उतरून येऊ शकलो. मग मघाच कां पाऊल थबकले होते? मघाच ती भीती कुठून आली होती?

पण विचार करायला त्याला आता सवडच नव्हती. 'शो'ची वेळ होत आली होती. तो पळत सुटला आणि कसाबसा तंबूत येऊन पोहोचला. कृष्णा त्याची वाटच पाहत होती. पण त्या विलक्षण अनुभवानंतर तो तिच्याशी काही बोलायच्या परिस्थितीत नव्हता.

'बोल ना काही तरी - गप्प का तू? अजून राग गेला नाही का?' त्याने कृष्णेला विचारले.

'तुला काय वाटतं माइक, तू मारलेल्या या थापेवर माझा विश्वास बसेल? मला इतकी दुधखुळी समजतोस तू?'

'म्हणजे? तुला हे खोटं वाटतं?'

'नाही तर काय? तुझ्यासारखा सर्कसमधला माणूस — आणि एका माळ्याचा जिना उतरताना घाबरतो — कुणाचा विश्वास बसेल?'

'विश्वास बसण्यासारखं नाहीच. माझा स्वत:चाही नाही बसत, कारण नंतर त्याच जिन्यावरून मी खाली उतरून आलो — पण वाटतं की, माणसाला सुरक्षित वाटेनासं झालं, की ही असली विचित्र भीती त्याला पछाडते — कधी

नव्हे इतका धोका वाटत होता मला — पहिल्याप्रथम — कुणीतरी पकडायला येतंय् — आपण सुरक्षित नाही — ही सुरक्षित नसल्याची भावना आहे ना — तिच्यामुळेच मला आधी पाय उचलवेना. नंतर ती गेली, म्हणून मला उतरता आलं — कशाचा कशाशी संबंध नाही. काही प्रमाण नाही — पण तरीही —

काहीतरी बडबडत राहू नकोस. तू काहीही सारवासारव केलीस, तरी मला ते पटणार नाही...' कृष्णा वैतागून म्हणाली, 'आणि आता तयार रहायला हवं आपल्याला. बोलत बसायला वेळ नाही. आयटेम जवळ आला.'

चेहरा पाडून मायकेल मुकाट्याने निघून गेला.

हत्तींचा आयटेम संपला होता. आता विदुषकांचे कामही संपत आले होते.

कृष्णा रिंगणाच्या तोंडाशी जाऊन एन्ट्रीची वाट पाहात उभी राहिली.

'कां खोटं बोलला हा?...आणि थापच मारायची तर ती अधिक चांगली तरी जुळवायची.'

एकाएकी एक नवाच विचार तिच्या डोक्यात आला.

मायकेल आपल्याशी खोटे बोलायला लागला – आपल्यापासून लपवाछपवी करायला लागला —

कदाचित — कदाचित मायकेलला दुसरी कुणीतरी मुलगी भेटली असेल —आपल्याहून तरुण — कदाचित त्याच्या गावची —

चौघांनीही हात मिळवून एकमेकांना विश् केले. कृष्णाने मायकेलच्या नजरेला नजर मिळवली.

– त्याने नजर चुकवली का? की तो भासच झाला?

बँड सुरू झाला.

चौघेही धावत रिंगणात आली, त्यांनी मुजरा केला.

– पण याला खोटे बोलायचे कारण काय? म्हणे भीती पावलात उतरली – म्हणे सुरक्षित वाटले नाही म्हणून – म्हणे धोका होता – सुरक्षित वाटले नाही म्हणून काय पाय भीतीने बधीर होतात?

नक्कीच याने सगळे खोटे सांगितले, पण कां?

दोरीच्या शिड्या वरून खाली आल्या. चौघेही यंत्रवत् धावत शिड्यांजवळ गेली.

चौघांच्या हालचाली दोन प्रकाशगोल टिपत होते. उरलेला सारा काळोख श्वास रोखून ते पहात होता.

मायकेल म्हणाला त्यात काही तथ्य असेल का? माणसाला सुरक्षित वाटेनासे झाले की ही अशी नाव नसलेली भीती त्याला पछाडते?

नक्की मायकेल खोटं बोलत असला पाहिजे.

पण कां? दुसरी एखादी मुलगी —

मग माझे काय होणार?

कृष्णा दोरीची शिडी चढून झुल्यावर पोहोचली.

बँडवरची धून बदलली. साऱ्या नजरा उंचावर गेल्या.

चौघेही आपापल्या झुल्यावर बसली. काही वेळ हवेत एकमेकांचे झुले चुकवत फिरत राहिली.

प्रेक्षकांनी टाळ्या वाजवल्या नाहीत. पुढे काय होते, हे ते श्वास रोखून पाहात राहिले...

मोकळे रिंगण... त्यात जाळेदेखील नाही. जिवाचा धोका... तो पत्करून मजेत हवेतल्या हवेत हिंदकळणारे चार जीव...

झुला... कशाची शाश्वती नसलेला... जागच्या जागी हिंदकळणारा.

मायकेलला दुसरी कुणीतरी मुलगी भेटली असेल... मग माझे काय होणार? जयवंता सोडून गेला.... आता मायकेल जाईल... वय असेच वाया जातेय... पुढे काय होणार?... असाच कुणी तिसरा येईल... मजा करून जाईल... मग माझी स्वप्ने... संसाराची... सर्कस सोडण्याची... मुलाबाळांची... ती स्वप्ने पुसली जाणार... मग काय होईल?

सगळेच अनिश्चित आहे... कालपर्यंत मायकेलची शाश्वती होती... आज तीही नाही... काहीच सुरक्षित नाही... सगळेच धोक्यात आहे.

बँडची गत बदलली... मार्थाने झुला सोडला - त्याच क्षणी सलीमने हवेत झेप घेतली... मार्थाने झुला अचूक पकडला.

माणसांनी फुललेला तंबूतला काळोख... पण एक अवाक्षर नाही... फक्त बँडवरची गत... बाकी कसलाही आवाज नाही.

मार्थाने झुला सोडला आणि सलीमच्या झोक्यावर ती अलगद गेली... सलीमने मार्थाचा झोका हवेत पकडला.

झुला... सारखा इकडून तिकडे — तिकडून इकडे...

कशाचीच शाश्वती नाही... काहीच सुरक्षित नाही... आपले काय होणार? काय होणार?

कृष्णेची झुला पकडण्याची पाळी आली. तिने झुल्याला पाय अडकवले आणि हवेतल्या हवेत चार झोके घेतले.

तिकडे मायकेलनेही तेच केले.

मग मायकेल हवेतल्या हवेतच उलटाच्या सुलटा झाला आणि दुसऱ्याच क्षणी त्याने झोका सोडून हवेत झेप घेतली — कृष्णाचा झोका पकडण्यासाठी!

आणि एकाएकी कृष्णेला काय झाले कुणास ठाऊक! तिचे पाय झुला

सोडीचनात.

एक विलक्षण भीती तिच्यापर्यंत जाऊन पोहोचली होती... ते पाय झुला सोडायला घाबरत होते... त्यांची हालचाल होईना — मायकेल तिच्या झुल्याच्या दिशेने झेपावला.

झुला रिकामा नव्हता. मायकेल गोंधळला; बावरला...

— दुसऱ्याच क्षणी त्याचा पिळदार देखणा देह — रिंगणाच्या जमिनीवर कोसळला.

जमिनीवर रक्ताचा सडा झाला.

प्राण गेले तरी मायकेलचे निळे डोळे सताड उघडेच होते.

आणि वर — उंचावर — हिंदकळणाऱ्या झुल्यावर भीतीने पाय झुल्याच्या दांडीला गच्च लपेटून कृष्णा या टोकापासून त्या टोकापर्यंत असहायपणे झोके घेत राहिली होती...

■

पाप

घराच्या पायऱ्यांशी कुणीतरी आले.

त्याने मला साद दिली.

घर. प्रशस्त जुने घर. प्रचंड ओबडधोबड खांबांनी सावरलेले.

शेवाळलेले. खरडलेले. हिरवट-काळपट कातडी फाटलेली. तिच्यावर मोठे-मोठे जळके डाग. अधूनमधून भस्सकन् बाहेर पडलेले दगड. झिंज्या लोंबाव्यात तसे उभेआडवे माजलेले गवत. तेही जीर्ण. पिवळट तपकिरी.

घर जवळपास रिकामे. वस्तू फारशा नाहीतच. सामान सोडाच, पण वस्तीच्या खुणाही नाहीत. काळोख इथला मूळ रहिवासी. कदाचित तोच शेवटपर्यंत टिकणारा.

तसे रिकामे वाटले, तरी घर रिकामे नाही.

घरात काहीतरी आहे.

पण ते जे काही आहे, त्याचा आकारच मुळी हरवलेला. भयंकर दाट काळोखात. तशी त्याची हालचाल पूर्ण गोठलेली नाही; पण जीर्ण प्राचीन वटवृक्षाच्या काळ्याढोण ढोलीमध्ये वेटोळेवेटोळे करून घुम्म बसून राहिलेल्या अजगरासारखी ती थंड आहे. पाण्याखालच्या दगडासारखी ती काळोखात दिसते न दिसते. काहीतरी हलते, फुत्कारते, सुस्कारते. अधिकच निराकार होते.

हालचाल दिसताच वाटते, काळोख थोडा विरळला. वाटते, काळोख बराच उथळ आहे. पण दुसऱ्याच क्षणी तो खोल होतो. एवढा खोल, की त्याचा तळ लागत नाही.

तळ नसलेला काळोख बंदिस्त आहे, त्या जीर्णशीर्ण घराच्या भिंतींमधे. पण भिंती चारच किंवा किती हे ठाऊक नाही. खांबही मोजलेले नाहीत.

या घराच्या पायरीशी कुणीतरी आले. त्याने मला साद घातली.

सादं घातली म्हणूनच मी जागा झालो.

काळोखात माझी नि:शब्द हालचाल झाली. गार, गुळगुळीत, वेटोळे सुटल्यासारखे झाले.

त्याने परत साद घातली.

हळूहळू माझ्या काळोखाला नजर येऊ लागली.

तो वाट पाहात उभा राहिला.

माझ्या काळोखाला अंग आले.

काहीतरी घुमतघुमत वाढू लागले होते. एक थंड पण निश्चित चाहूल.

खोल डोहात वाकून पाहावे, तसा तो घरात डोकावला. उन्हाच्या नजरेवर अंधाराचे कलम करू लागला. हळूहळू कलम धरू लागले.

त्याच्या नजरेला मी पडलो.

क्षणमात्र तो चक्रावला. भांबावला. डोळे विस्फारले. कपाळाला आठी पडली.

मी काळोखातून बाहेर आलो.

त्याने खिशातून रुमाल काढला. कपाळावरची भीती खसखसा पुसून काढली, आणि तो बावरलेले हसला.

'काम होतं,' तो म्हणाला.

'बसा.' मी म्हटले.

माझ्यामागे घरातला काळोख पुन्हा दाट झाला.

काही वेळाने तो गेला. काम न सांगताच. मीही सांगण्याचा आग्रह धरला नाही. एकदा विचारले, तर तो म्हणाला, 'विशेष काही नाही. सहज या घरावरून चाललो होतो. म्हणून डोकावलो.

— काळोखात!

माझी अटकळ अचूक ठरली.

तो परत आलाच.

मला भेटायला तो आला, एवढ्यानेच माझ्यात कितीतरी जोर आला. छाती फुगली. दंडात बेटकुळ्या उड्या मारू लागल्या.

या वेळेसही तो कामाचे सोडून इतरच काहीबाही बोलला. अडखळत, ओशाळत बोलला; पण बोलला.

'आमच्या घरची गरिबी. मी एकटाच शिकलो. तेही लांबच्या मामाकडे

राहून. सगळे त्रास सोसून. नंतर केमिकल कंपनीत नोकरीला लागलो. बऱ्यापैकी पैसा मिळवू लागलो.'

बोलताना, विरळ होत चाललेल्या कपाळावरच्या केसांवरून हात फिरवायची त्याची लकब. पैसेवाल्या माणसाला शोभणारी. वय उताराला लागलेल्यालाही.

'एक भाऊ आहे, तो गावी असतो. जमिनीकडे बघतो. बऱ्यापैकी लागवड केलीये त्यानं. माझाही हिस्सा आहेच त्यात. पण गावी कोण जातो? म्हणून खाऊ दिलं एकट्यालाच. तसं माझंही बरं चाललंय. मालक वारला. त्यानं कंपनी मुलाच्या नावानं केलीये मरताना. पण मलाही चाळीस टक्के भागीदार केलंय.

'न करून सांगतो कुणाला? त्याचा केमिकलचा धंदा मी वाढवलाय आजवर रक्ताचं पाणी करून. आजदेखील, मी आहे म्हणून कंपनी आहे, नाहीतर मालकाच्या मुलाला समजतंय काय त्यातलं? पण भांडवल त्याचं म्हणून त्याची साठ टक्के मालकी. माझ्याशिवाय कंपनी गुंडाळावी लागेल, म्हणून जेमतेम चाळीस टक्के भागी माझी! मी खरा कामाचा माणूस. भागीदार केला म्हणजे उपकार नाही केले!

'पण हे या मालकाच्या पोराला समजत नाही. भांडवल त्यांचं म्हणून मालकाच्या रुबाबात वागतो. येताजाता हुषारी करतो. पाहीन पाहीन, आणि एक दिवस जाईन सोडून कंपनी! मग बसेल—!'

असे बरेचसे तावातावाने बोलून तो निघून गेला.

पण माझ्याकडे त्याचे काम काय, याचा अजून पत्ता लागला नव्हता.

काम नसावेच! नुसते मलाच वरचेवर भेटायचे, हा याचा चाळा!

पण तो वरचेवर भेटत होता, म्हणूनच जसा काही मी धडधाकट राहिलो होतो.

नाहीतर काय करायचे? नुसते काळोखात पडून राहायचे. सुस्त, निराकार, बिलकुल हालचाल न करता. वेटोळेवेटोळे करून पडलेल्या अजगरासारखे.

आणि एके दिवशी त्याने निकराची साद घातली.

मी पूर्ण बाहेर येण्याचीही वाट न पहाता जसा काही तो काळोखात घुसलाच.

'मालकाचा मुलगा स्वत:ला समजतो काय?' खूप चिडूनचिडून तो बोलत होता. डोळे तांबडेभडक झालेले. चेहेरा नुसता संतापाने भेसूर झालेला. 'आता मी आणखी काही ऐकून घेणार नाही! सोडून गेलो तर उद्या कंपनीला टाळं बसेल, याला समजत नाही! अजूनपर्यंत मीही खालमानेनं काम करीत आलो.

आजवर उलट उत्तर दिलं नाही. पण आता नाही सहन होत!

'बरं, मी मनात आणलं तर आत्ता नवीन कंपनी काढून ती नावारूपाला आणू शकतो. पण भांडवल कुठून आणणार? इतके दिवस सचोटीनं काम केलं; खाल्ला असता त्याच्या बापाचा पैसा तर जमलंही असतं माझं स्वत:चं भांडवल! पण ते मी नाही केलं!

'त्यातून हा तरुण पोरगा! अजून याचं लग्नसुद्धा झालेलं नाही. आई नाहीच – बाप गेला! याच्यामागं कुणी रडणार नाही. आणि केवळ बापाचं भांडवल म्हणून याची साठ टक्के भागीदारी! हा आला तर कधीतरी आठवड्यातून एकदा येऊन जातो. मी सकाळपासून रात्रीपर्यंत मरमर मरतो आणि चाळीस टक्के भागीवर दिवस काढतो. अर्ध आयुष्य गेलं. यापुढं कधी पैसा मिळणार? आणि पैसा हवाच माणसाला. निदान मला तरी हवा! लोकांनी म्हटलं पाहिजे — हा माणूस गरिबीतून मोठा झाला! खूप खूप मोठा झाला! आता पैसा असल्याशिवाय कोण मोठा म्हणणारेय? लोकांचं राहू द्या. बायको — तीदेखील दर महिन्याला किती पैसा घरात आला हेच बघणार! पैसा वाढत जाईल तसं तिचं माझ्यावरचं प्रेम वाढत जाणार. पैसा आहे तोवरच ती माझ्यावर प्रेम करणार, हे उघड आहे.'

त्याचे बोलणे ऐकताऐकता मला अधिकाधिक हुषारी वाटू लागली, हात शिवशिवू लागले. छाती भाल्यासारखी फुगली. बाहू फुरफुरायला लागले.

त्याच्याही हे लक्षात आले असावे. तो माझ्यात होत असलेल्या बदलाकडे बारकाईने पहात होता. सुरुवातीला माझ्याबद्दल त्याला जी एक भीती वाटत असे, ती आता जवळजवळ नाहीशीच झाली होती. दिवसेंदिवस तो माझ्या अधिकाधिक जवळ येत चालला होता.

काही वेळ कुणीच काही बोलले नाही. तो डोळे बारीक करून बसून राहिला. मग एवढंच म्हणाला, 'काय, बरोबर आहे की नाही?'

'एकदम बरोबर!' मी म्हणालो.

त्याने चमकून वर पाहिले.

मी माझे लखलखते दात दाखवीत हसलो.

तो घाबरल्यासारखा झाला.

'काही होत नाही. काळजी करू नका,' मी हसतच म्हटले.

आणि अशा रीतीने त्याच्याही नकळत आम्ही तो बेत ठरवून टाकला. त्याच्या साठ टक्के भागीदाराचा काटा काढण्याचा बेत!

बेत अर्थातच तडीला गेला.

पंधरवड्याच्या आत.

मालकाचा मुलगा रोज संध्याकाळी फिरायला जायचा. पोरीबिरीचे लफडे नव्हते. एकटाच जाई. लांब लांब फिरून येई.

अशातच एकदा करकरीत तिन्हीसांजा झालेल्या. रक्ताळलेला मांसाचा गोळा पोटातून काढून फेकलेला असावा, तसा शेवटच्या घटकेचा सूर्य.

मालकाचा मुलगा आपल्याच तंद्रीत सिगरेट फुंकीत चाललेला.

समोरून धडधडता ट्रक. जीव वाचवण्यासाठी मालकाच्या मुलाने फुटपाथवर पटकन उडी मारली. त्याच्यापाठोपाठ, सगळा तोल सुटल्यासारखा ट्रकदेखील फुटपाथवर. 'ची ची' करणारे उंदराचे पोर चिमट्याने चिरडून फोडावे, तसा मालकाचा मुलगा भिंतीशी चिणला गेला.

क्षणभर सारे आकाश लालभडक होऊन गेले आणि मग जिकडेतिकडे हिरवाकाळा काळोख पसरला.

त्या काळोखातच ट्रक पाठीमागे आला आणि हमरस्त्यावरून 'रें रें' करीत पसार झाला. त्याला पाहायला त्या किर्रर्र वेळी चिटपाखरूसुद्धा हजर नव्हते.

लोक जमले तेव्हा फार उशीर झाला होता.

सगळीकडे थंड संगमरवरी प्रकाश पडला होता. त्या प्रकाशात फक्त भिंतीवर एक लालभडक छप्पा उठला होता, आणि आजुबाजूला त्याचे शिंतोडे उडाले होते. धारा खाली गळत आल्या होत्या. सगळा लाल रंग आता काळवंडू लागला होता.

भिंतीवरच्या छप्प्याच्या खालीच, वेडेवाकडे फुटलेले शरीर उभ्याचे आडवे होऊन पसरले होते. मान तुटून मुंडके काखेत अडकले होते.

ट्रक ड्रायव्हरला कोणीच पाहिले नाही.

तो एकदा येऊन केमिकल कंपनीच्या शिल्लक राहिलेल्या एकमेव मालकाकडून आपल्या कामाचा मोबदला घेऊन गेला. त्याच्या घरून. तोही त्या पैशात सामान ट्रकमधून आणल्याबद्दलची नीटनेटकी नोंद हिशेब-तपासनीसांसाठी करून ठेवून. तसे सगळे काम आत्ताच्या मालकाला स्वस्तातच पडले. ट्रक पकडला गेला असता तर हवालदारापासून जज्जपर्यंत सगळ्यांना पैसे चारावे लागले असते, ते मुळातच वाचले. मालकाने उदारमनाने ट्रक ड्रायव्हरला बक्षिसी दिली.

मालकाच्या मुलाच्या पाठीमागे रडायला कुणीच नव्हते. सगळे त्याला चार दिवसांत विसरून गेले. अपघाताची ती भिंत आणि फूटपाथ यांच्यावरचे डाग जायला त्या मानाने बरेच दिवस लागले. कारण असे की, रस्ते कधीच मनापासून साफ केले जात नाहीत.

मालक आता खराच मालदार माणूस झाला. चाळीस टक्क्यांवरून एकदम

शंभर टक्के मालकी म्हणजे झाले काय? त्याने एकदम दोन मोटारी घेतल्या. एक स्वत:साठी, आणि दुसरी, आता त्याच्यावर अधिकच प्रेम करू लागलेल्या बायकोसाठी. समुद्रकाठी एक छोटीशी बंगलीदेखील त्याने घेतली आणि तिला 'महत्त्वाकांक्षा' असे बटबटीत ढोबळ नाव ठेवले.

त्याच्या सुखात आता काही न्यून उरले नाही. नाही म्हटले तर त्याचे केस पूर्वीपेक्षा अधिक विरळ झाले, आणि त्यामुळे तो अधिक पैसेवाला आणि अधिक वयस्क दिसू लागला.

अपघातानंतर माझ्यातही काही बदल झाले. डोळे अधिक चमकू लागले. काळोखात कधीकधी नुसते माझे डोळेच चमकत असले पाहिजेत आणि पहाणाऱ्याला ते दृश्य चांगलेच भयंकर वाटत असले पाहिजे. झालेच तर मी माझ्या हाताची नखे लांब ठेवू लागलो. त्यांना वाढ भलतीच होती. माझ्या हास्याचा आवाजही पूर्वीपेक्षा अधिक जोरदार झाला. तो ऐकणाऱ्याच्या छातीत धडकी भरायला हरकत नव्हती.

तो मात्र हल्ली मला फारसा भेटत नसे. क्वचित उडतउडत येऊन जाई. मी त्याला मालक मानीत असे; पण तो मात्र मला काम सांगायला बिचकायचा. आला, की इकडचे-तिकडचे बोले, आणि निघून जाई.

मग एक दिवस मीच उठून त्याच्या 'महत्त्वाकांक्षा' बंगलीवर गेलो.

वेळ सूर्य मावळण्याची होती. तो एकटाच गच्चीत पीत बसला होता. मावळतीचा सोनेरी रंग त्याच्या चेहऱ्याच्या एका बाजूवर पडला होता. त्यामुळे त्याचा चेहेरा खोटा आणि बेगड लावून रंगवल्यासारखा वाटत होता. ग्लासमधूनही तो तसलाच खोटा सोनेरी रंग पीत होता.

मी एकदम त्याच्यासमोर जाऊन उभा राहिलो.

मला बघताच तो दचकला. इतका की त्याच्या हातातला ग्लास जमिनीवर पडून त्याच्या ठिकऱ्याठिकऱ्या उडाल्या.

'दचकायला काय झालं?' मी जोरात विचारले.

'तू — तू इथं कां आलास?' त्याने कसेबसे शब्द गोळा करून विचारले.

मी लखलखते दात दाखवीत हसलो.

एवढ्यात सूर्य मावळला आणि त्याचा अर्धा चेहरा भराभर काळवंडू लागला. त्याच्या ग्लासमधला सोनेरी रंग तर केव्हाच जमिनीत जिरून गेला होता.

तिकडच्या गप्पा करूनच मी परतलो.

पण मला एकदम थकल्यासारखे वाटू लागले.

एक गोष्ट माझ्या लक्षात आली होती.

तो माझ्याकडे येई, तेव्हा मी त्याचे स्वागत करी. मला तो हवाहवासा वाटे.

पण आता तो मात्र मला टाळू लागला होता.

शेवटी एक दिवस, न राहवून म्हणा हवे तर, पण मी त्याच्या बंगलीवर परत गेलो.

कां कुणास ठाऊक, पण मला एकदम बंगलीत जायचा धीर झाला नाही. मी समोरच्या झुडपाआड उभा राहून बंगलीकडे पाहू लागलो.

वेळ रात्रीची होती. त्यामुळे मी झुडपाआड उभा आहे, हे कुणाला दिसण्यासारखे नव्हते. मला मात्र बंगलीतली त्याच्या खोलीची खिडकी अचूक दिसत होती.

खिडकीतून खोलीतील हालचाल कळत होती.

खोलीत दिवा जळत होता.

तो येरझाऱ्या घालीत होता. खोलीतल्या खोलीत. अत्यंत अस्वस्थपणे.

वाऱ्याने खोलीतील टांगलेले दिवे हिंदकळत. भिंतीवरच्या सावल्या मागेपुढे हलत. त्या हलत्या सावल्यांमधून त्याच्या भुतासारख्या येरझारा चालूच होत्या.

फेऱ्या मारतामारताच तो कधीतरी खिडकीशी आला.

परत गेला.

मग एकदम काहीतरी सुचल्यासारखा परत आला.

त्याने झुडपाकडे बारकाईने पाहिले.

मग तो घाईघाईने आत गेला.

क्षणभरातच खोलीतला दिवा गेला.

पण माझी खात्री होती. तो काळोखात खिडकीला डोळे लावून बसला असणार! मी जातो का, याची वाट पाहात.

मी झुडपातून बाहेर पडलो.

मी निघून गेलो अशी त्याची खात्री होऊ दिली, आणि पाऊल न वाजवता त्याचा जिना चढलो. त्याला हायसे वाटत होते. इतक्यात माझी टिचकी दारावर वाजली.

त्याने दार उघडले.

मला दारात पाहून तो हबकलाच.

'काय हवंय तुला? कां येतोस तू इकडे?' चाचरत चाचरत त्याने विचारले. मी हसलो. 'मला काही नकोय. पण आत्ता — या क्षणी मी मात्र तुम्हाला

हवाय.' मी म्हणालो.

'नाही — नाही! मला काही नको!' तो थकल्या सुरात म्हणाला, 'मिळालंय ते खूप आहे. मी — मी सुखात आहे.'

'मला फसवताय मालक.' मी हसतहसत म्हणालो, 'तुम्ही? आणि सुखात? तुमचा भाऊ गावची सगळी इस्टेट एकटा घशात घालीत असताना?'

'काय? काय म्हणालास तू?' त्याने भांबावून विचारले.

'काळजी करू नका. सारं काही ठीक होईल. गावातली इस्टेट तुमच्या भावानं आजकाल चांगली नावारूपाला आणलीये.'

पण माझ्या या सांगण्याने त्याचा चेहेरा अपेक्षेप्रमाणे खुलला नाही. किंचित त्रासिकपणाने तो म्हणाला, 'असू दे. जास्त लोभ बरा नाही.'

मी पुन्हा एकदा खदखदून हसलो.

पण माझ्या या हसण्याने तो ओशाळवाणा झाला नाही.

उलट म्हणाला, 'जा बरं तू, आणि असा नेहेमीनेहेमी येत जाऊ नकोस.'

'ठीक आहे. मी जातो.' मी माझी लांबलांब नखे एकमेकांवर आपटीत म्हणालो, 'पण लक्षात ठेवा. पहिल्यांदा तुम्हीच मला बोलावून आणलंय.'

'हो रे!' काहीसा काकुळतीला येऊन तो म्हणाला, 'ते कुठं नाकारतोय मी? पण झालं ते झालं. ते कायमचं विसरून जायचं, की पुन्हापुन्हा त्याच चुका करायच्या?'

मी काहीच न बोलता परतलो. त्या रात्री मला एकसारखे वाटत राहिले की, माझ्या शरीराचा काही भाग विरघळत चालला आहे...

पुढल्या तीनचार दिवसांत हे वाटणे वाढतच चालले.

मी सारा वेळ काळोखातच शरीर मिटून बसत असे. त्यामुळे, माझ्या आकाराचे खरोखर काय होत आहे, हे समजणे कठीण होते; परंतु काहीतरी कमी-जास्त होत होते खास. भरून आलेल्या काळ्या ढगाला पाऊस ओतण्याऐवजी वाऱ्याच्या झटक्यांनी इकडे-तिकडे जावे लागले, निराकार व्हावे लागले, तर जसे वाटेल तसे ओंगळवाणे मला वाटत होते.

आणखीही एक होते. मालकाचा मुलगा रक्ताच्या चिळकांड्या उडवीत चेचून मेला, तेव्हा मला काहीएक अपूर्व नशा आली होती. तशी नशा गेल्या कित्येक दिवसांत आली नव्हती. त्या नशेसाठी माझे सारे शरीर आसुसले होते. कुणाच्या तरी चिरफाळ्या करण्यासाठी माझी लांबलांब नखे आतुरली होती. पण कुणाच्या करणार? माझ्या आजुबाजूच्या काळोखाचे काळीज फाडले तरी त्यातून रक्त येणार ते काळेच. ते जिरणार काळोखाच्याच कांतीवर. मला रक्त हवे

होते, ते काळ्या छाताडातून येणारे लाललाल भडक.

पण मालकाच्या हुकुमाखेरीज मी माझी तहान भागवू शकत नव्हतो.

जीव तर तहानेने वेडापिसा झाला होता.

वाटत होते, तहानेच्या धगीनेच सारे शरीर वितळून जाणार. त्याचा लिबलिबीत लोळागोळा होणार.

जवळजवळ अर्धाअधिक आकार बदललाच होता. आता उरलेले शरीर केव्हाही पुन्हा काळोखाच्या डोहातल्या मातीच्या ढेकळासारखे त्यात मिसळून जाणार.

एवढ्यात पुन्हा एकदा पायऱ्यांवरून साद आली.

माझ्यात जणू नवीन चैतन्य संचारले.

मी स्वत:ला कसेबसे गोळा केले आणि काळोखाच्या तीरावर येऊन पडलो...

उठून त्याच्यासमोर उभा राहिलो.

तो थकल्याभागल्या सुरात म्हणाला —

'माझ्या भावाची इस्टेट... मला मिळायलाच हवी!...'

रक्त... उसळणारे लालभडक रक्त...

चिळकांड्या... सूर्यकिरण आरपार जात असलेल्या माणकांच्या चिळकांड्या..

पांढरा, हिरवा, आकाशी... कुठल्याही रंगावर पडणारा रक्ताचा सडा मूळचा रंग नाहीसा करतो. सर्व रंगांत अधिक समर्थ... सार्वभौम लाल रंग...

गळणाऱ्या धारा.... ठिबकणारे थेंब...

सावकाश पसरणारे रक्ताचे थारोळे...

हळूहळू साकळत जाणारे... काळवंडणारे घट्ट घट्ट रक्त. किती सुंदर! चिकट चिकट.

न पुसले जाणारे डाग... केवळ रक्ताचे... रक्त जगातली सर्वांत सुंदर वस्तू... रक्त.

सर्वांत उबदार... गरम आणि नशा चढवणारे... उत्तेजित करणारे.

सर्वत्र रक्ताची रंगमंचमी खेळली जाऊ द्या...

डोक्यावर धोंडा पडून मालकांचा भाऊ वारला.

शेतावरून परत येत होता म्हणे. किर्रर्र शांतता. एका बाजूला चढत गेलेला डोंगर... काळ्या पडत चाललेल्या करड्या आभाळात नाहीसा झालेला.

गडी चालला होता आपल्याच नादात. वर डोंगराच्या कडेचा एक मोठा धोंडा पावसाने की कशाने सुटला होता वाटते. तो आला एकाएकी गडगडत – आणि बसला सण्णकन डोक्यात! मालकांचा भाऊ जागच्या जागी कोसळला. 'राम' म्हणायला फुरसत झाली नाही. डोके फुटले, म्हणजे अक्षरश: दोन भकले झाली. मेंदू पच्‌कन बाहेर आला.

भावाची बायको आणि लहान पोरे रडरड रडली. पण रडून काय गेलेले माणूस परत येते? बांधावरचे सगळे रक्त मातीत एकजीव व्हायलादेखील दुसरा पावसाळा उजाडणार! बायकोमुले बिचारी नाइलाजाने वडीलभावाच्या आश्रयाला येणार! तोही नाइलाजानेच आता इस्टेट ताब्यात घेणार...

सारा गाव हळहळला तो मयताच्या दुर्दैवाला. नेमका तो बांधाच्या कडेने जात असतानाच वरून दगड कसा कोसळला? कुणीतरी दोन माणसे त्या वेळी डोंगरावर उभी होती म्हणतात. पण ती कुठली कोण, काय माहीत? त्यांचा संबंध काय त्या गडगडणाऱ्या दगडाशी? किंवा त्या दगडाने जखमी झालेल्या माणसाशी? ते दोघे कदाचित त्या गावचेही नसतील. ते लगेच शहरात निघून आले असतील.

आणि आता इस्टेटीच्या एकमेव मालकाकडून सामान हलवण्याची मजुरी म्हणून बिल देऊन पैसे घेऊनसुद्धा गेले असतील!...

झाला हा प्रकार भलताच रंगला. पहाता-पहाता माझ्या शरीरात पूर्वीसारखे बळ आले. हात लोखंडासारखे टणक झाले. छातीची दगडी भिंत झाली.

आता यानंतर नवीन बळी! लाल रंगातील नवीन छटा! आणखी रक्त... आणखी... आता हाच सततचा उद्योग! माझे बळ वाढते आहे! होता होता त्या घरातला सारा काळोख मी व्यापून टाकीन. इतका मोठा होईन... इतका मोठा...

या वेळेस कुणाची पाळी?

संध्याकाळ. बंगलीसमोरच्या बागेत तो बायकोबरोबर गप्पा मारीत बसला होता. दोघे अगदी मोकळेपणाने हसत-बोलत होती. त्याच्या अंगावर रेशमी सदरा; तिच्या अंगावर जरीची साडी. बसायला नक्षीदार खुर्च्या. थाट होता सगळा!

दोघेही आता चांगली वयस्कर वाटू लागलेली. त्याला तर चांगलेच प्रशस्त टक्कल! पण तिचेही बहुतेक केस पिकत आलेले. दिसेनात का वयस्कर; पण श्रीमंत जोडपे दिसावे, तसे ते दिसत होते. श्रीमंती अंगी लागलेली दिसत होती.

मी झुडपातच उभा राहून त्यांचे बोलणे ऐकू लागलो. नुकताच त्यांचा मुलगा शिक्षणासाठी परदेशी गेला होता. दोघे त्याच्याविषयी बोलत होती. थोडीफार काळजी करत होती. पण त्याचे कौतुकच अधिक करीत होती.

मला फार वेळ ते ऐकवेना. आधीच्या मालकाचा मुलगा जर वेळीच ट्रकखाली चिरडून मेला नसता, तर याचा मुलगा आज परदेशात शिक्षणाला कसा जाता? या विचाराने मी कुत्सित हसलो.

माझ्या हसण्याच्या आवाजाने तो चपापला.

बायको म्हणाली, 'काय झालं?'

तो म्हणाला, 'काही नाही... तर तू काय म्हणत होतीस?'

पण ती काही म्हणणार एवढ्यात मला त्याच्या लपवालपवीचे हसू आले. मी खदाखदा आवाज करून हसलो.

आता मात्र तो चांगलाच हादरला. सावरून बसल्यासारखा बसला. बायकोने चौकशी केली; पण त्याने इकडचे-तिकडचे बोलून वेळ मारून नेली.

थोड्या वेळाने दोघे आत गेली. बायको किचनकडे गेली आणि तो आपल्या खोलीत येऊन डोळे मिटून पलंगावर पडला.

त्याचा चेहेरा आता विलक्षण ओढलेला दिसत होता. डोळे मिटून तो पडला खरा; पण पुन्हापुन्हा उठून बसून सतरा वेळा दाराकडे पाहू लागला. स्वत:शीच दचकत होता. परत अंग टाकत होता. पुन्हा उठून बसत होता.

त्याच्या या घालमेलीचे मला खूप हसू आले.

माझ्या हसण्याचा आवाज ऐकताच तो ताडकन् उठून बसला.

भयचकित नजरेने खोलीभर पाहू लागला.

आणि अचानक जेव्हा मी पडद्याआडून पुढे आलो –

— तेव्हा त्याने एक दबलेली किंकाळी फोडली!

मी हसतच राहिलो.

'तू — तू कशाला आलास? इथं येऊ नको, म्हणून सांगितलंय ना मी तुला?'

'बरेच दिवस काही हुकूम दिला नाहीत.'

'गरज पडेल तेव्हा मी येईन आपणहून, तू इथं नको येऊस.'

'म्हणजे — आता माझी गरज नाही?'

'जवळजवळ तसंच. मी ठरवलंय. शक्य तर कधीच तुझी गरज पडू द्यायची नाही. पूर्वी नाइलाजानं तुझी मदत घेतली असेल मी. पण आता मला साधं सरळ आयुष्य जगायचंय.'

बोलता बोलता त्याने कपाटातून एक मद्याची बाटली काढली आणि जवळच्या पाणी पिण्याच्या भांड्यातच मद्य धडाधडा ओतून घेतले. तांब्यातले थोडे पाणी त्यात ओतले आणि भांडे तोंडाला लावले.

घटाघट दोनतीन कडक घोट घेतल्यावर तो बोलू लागला —

'तुला कल्पना आहे? मी विसरण्याचा प्रयत्न करतोय. सारं काही विसरण्याचा! तू येत जाऊ नकोस — मला आठवण द्यायला. परत परत. मला विसरू दे... मला विसरू दे...'

– आणि त्याने भांडे परत तोंडाला लावले.

मालकाने मला विसरून चालले असते. पण मला त्याला विसरता येत नव्हते. त्याच्याशिवाय मला राहणेच अशक्य होते. सारखे वाटायचे की, आपला आकार पुसट तर होत चाललेला नाही?

पण नाही! ज्या अर्थी मी दिसताक्षणी त्याला एकदम खूण पटे, त्या अर्थी मी अजूनही ओळखता येण्यासारखा राहिलो होतो.

आणि मला जसा काही हा चाळाच लागला होता. तो कशातही गुंतलेला असला की त्याच्यासमोर जाऊन उभे राहाण्याचा. त्याचा गोंधळ उडालेला पाहायला, त्याला दचकवून सोडायला मला फार गंमत वाटायची.

मालकाचा मुलगा अजून परदेशाहून यायचा होता. पण त्याला मुली आत्तापासूनच सांगून येऊ लागल्या होत्या.

अशाच एका मुलीच्या घरची मंडळी येऊन बसली होती. मालक मोठ्या उत्साहाने मुलाविषयी, स्वत:विषयी सांगत होता.

'माझा मुलगा केमिकल इंजिनिअर झालाय. या धंद्यात अजून पुष्कळ करता येण्यासारखं आहे. आम्ही आमच्या परीनं केलं. पण त्या वेळेस आम्हाला कुठलं शिक्षण? अनुभवानं सगळं जमत जायचं. मी सांगतो तुम्हाला, त्या वेळेस नुसती केमिकल्स सप्लाय करण्याची कंपनी होती आमची. पण धंदा टिकवण्यासाठी मी असं रक्त आटवलंय —'

— त्यानं 'रक्त' म्हणायला आणि मी समोर उभा दिसायला एकच गाठ पडली.

मालकाला ठसका लागला. बायकोने पाणी ओतून दिले. एकच गोंधळ उडाला.

हसतहसतच मी घरी परतलो.

त्यानंतर जवळजवळ रोजच मी मालकाच्या बंगलीवर जाऊ लागलो. 'हुकूम काय?' म्हणून विचारू लागलो. मला पाहून त्याची चांगलीच तारांबळ उडायची. तो मला हाकलून देण्याचा प्रयत्न करायचा; पण मी माझे लखलखते दात दाखवीत हसतच राहायचा. कधीकधी नखांवर नखे आपटून त्याला 'मालक-मालक' म्हणून खिजवायचा. तो म्हणायचा, 'मी कसला मालक? आता तूच झालायस मालक! मी झालोय चाकर! कुठून तुला भेटलो कोण जाणे! नसती पीडा! दुसऱ्या कुणाला सांगताही येत नाही! पाया पडतो

तुझ्या! जा तू इथून!....जा!'

यावर मी काहीच न बोलता नुसता हसायचा. तो घटाघट दारू पीत राहायचा.

दिवसेंदिवस त्याची तब्येत खालावत चालली होती. पूर्वी अधूनमधून तरी त्याचा चेहेरा आनंदित दिसायचा; पण आता तो कायम कसल्या तरी काळजीत असल्यासारखा वाटायचा. गालाची हाडे वर आलेली आणि डोळे खोल गेलेले. डोळ्यांत एक प्रकारची भीती कायम ठाण मांडून बसलेली. अलीकडे त्याला झोपणेही अशक्य झाले होते. कारण दररोज रात्री मी जाऊन त्याच्या घरासमोर उभा राहायचा. हलकेच शीळ घालायचा. तो कसा कोण जाणे, जागा होऊन खिडकीत यायचा. मग रात्रभर त्याला झोपच लागत नसे. झोप यावी म्हणून तो दारू प्यायचा; पण दारू प्याल्यावर त्याला म्हणे माझा आकार अधिकच चित्र-विचित्र दिसायचा. मग कधीकधी तो किंकाळ्या फोडीत उठायचा.

होता होता त्याने अंथरूण धरले. त्याला तपासायला डॉक्टर आले होते. त्यांना त्याची बायको सांगत होती, 'अलीकडे फार पितात हो! म्हणतात, विसरण्यासाठी पितो. पण तसं विसरण्यासारखं काहीच नाहीये यांच्या आयुष्यात. कसलं दु:ख नाही की काही नाही. चांगला सुखाचा संसार! मग कां असे वागतात, तेच समजत नाही.'

तिकडे तो आणि इकडे मी – दोघेही अस्वस्थच होतो. गेल्या कित्येक दिवसांत मी रक्त सांडलेले पाहिलेच नव्हते. त्यावाचून माझे डोळे निवत नव्हते. माझ्या शरीराचा ताठरपणा टिकत नव्हता. कधीकधी माझ्या भोवतीचा काळोख सारा जास्वंदी होऊन जाई. पण भास!... तो भासच ठरायचा.

मी रोज त्याच्यासमोर जाऊन उभा राहायचा, तो काही केवळ त्याला घाबरवायला नव्हे. खरोखरीच मला काम हवे असायचे. काही झाले तरी मी मालकाचा इमानदार चाकर होतो. काहीच काम न करता राहाणे मला अशक्य होते. आज ना उद्या त्याला माझ्याजोगते काम सुचेलच, अशी मला आशा होती.

पण वर्षामागून वर्षे कामावाचून गेली आणि माझी आशा मावळू लागली. आता मला चीड येऊ लागली होती, मला उपाशी ठेवणाऱ्या माझ्या मालकाची.

एक दिवस त्याच्याबरोबर काय तो सोक्षमोक्ष करायलाच हवा होता!

मी गाठलेला दिवस मालकाच्या आयुष्यात विशेष होता.

त्याचा मुलगा अमेरिकेहून परतला होता. दुसऱ्याच दिवशी त्याला पार्टी होती. जिच्याशी त्याचे लग्न ठरले होते, तिच्या घरी पार्टीला सगळेच गेले होते.

मध्यरात्र झाली तरी पार्टीचा रंग एकसारखा चढतच होता; पण जागरण होईल, या सबबीवर, मालक आपली गाडी घेऊन घरी निघाला. बाकीची मंडळी उत्तररात्री दुसऱ्या गाडीने येणार होती.

मध्यरात्र. सगळीकडे किर्रर्र काळोख. दोन्ही बाजूंना झाडेच झाडे आणि मधून रस्ता. गाडीच्या दिव्याचा प्रकाश समोरच्या काळोखाला चिरीत निघालेला. मालकाचे सारे लक्ष त्या दुभंगलेल्या काळोखावर.

आणि एकदम —

'गाडी थांबवा.' मी पाठीमागच्या सीटवरून हळूच म्हणालो.

माझा आवाज ऐकून मालक इतका चमकला, की त्याने गाडी एकदम चिर्रर्र आवाज करीत उभी केली. बरे तर बरे, नाहीतर पटकन ब्रेक लागल्यामुळे गाडी उलटीच व्हायची!

'खाली उतरा!' मी खडसावले.

मालक अगदी दीनवाणेपणाने खाली उतरला.

'तुला... हवंय तरी काय? कां असा तू एकसारखा... माझ्या मागे...'

'मला काम हवंय.'

'होतं तेव्हा दिलं.'

'असं म्हणून नाही चालणार. तुझ्यासाठी मी आकाराला आलो. केवळ दोनदा – दोनदाच तू मला वापरलंस. आता मी काय करायचं? माझ्या या आकाराचं काय करायचं?'

'ते — ते मी काय सांगू?'

'असं म्हणून तुला आपली जबाबदारी टाळायचीये. पण ते जमायचं नाही. मला आकार आला, तेव्हाच तुझ्यावर जबाबदारी आली, कायमची. तिचा विचार तू आधीच करायला हवा होतास. मला बोलावणं तुझ्या हातात होतं; पण घालवून देणं मात्र तुला शक्य नाही.'

माझा आवाज बराच चढला असावा. कारण तो ऐकताना मालक विलक्षण भेदरला होता.

'मग आता – आता काय करायचा विचार आहे तुझा?' थरथर कापत त्याने विचारले.

'मला रक्त हवंय. रक्त! लालभडक! उष्ण रक्त! तूच मला त्याची चटक लावलीस. जिवंत माणसाच्या शरीरातून उडणारं रक्ताचं कारंजं बघायची ओढ लावलीस! आता त्यासाठी — फक्त त्यासाठीच मी उरलोय!

'दूर हो! दूर हो!' माझे लांब नखांचे हात दूर सारण्याचा प्रयत्न करीत

मालक ओरडला.

'आठवतं? मालकाच्या मुलाचं रक्त... भिंतीवरून त्याच्या धारा लागल्या... तुझ्या भावाचं रक्त... बांधावरची माती भिजून चिंब झाली... आणि आता — आता हा रस्ता — हा पण न्हाणार आहे रक्तानं! जरा पुढं चल. गाडीच्या प्रकाशात नीट दिसू दे मला तुझं रक्त!'

बोलताबोलता मी माझी नखे त्याच्या मानेत रुतवू लागलो. तो किंचाळला नाही. भयाने त्याची शुद्धच गेली होती. नखे... खोल खोल जातील... रक्ताने रंगतील... रक्ताबरोबरचं मांसही..

— आणि एकाएकी काहीतरी घडले!

मला एकदम थकल्यासारखे वाटू लागले.

सबंध शरीरातले बळ जसे काही कुणी शोषून घेऊ लागले.

डोळ्यांसमोर लाल-हिरव्या ठिणग्या नाचू लागल्या.

माझा आकार... हळूहळू विरघळतोय की काय?

अरे, कर्मा! काय होतेय ते मी पाहू तरी कसा या काळोखात? गाडीच्या प्रकाशापर्यंत मला... मला जाववेल तरी का?

पायातून वारे गेल्यासारखा मी तिथल्या तिथे कोसळलो!

मालक पलीकडे बेशुद्ध पडला होता.

माझा चेहेरा मी धुळीत घासला. काहीतरी हालचाल करायची म्हणून! थोडेसे बरे वाटले. हे असे कां? कां झाले? आणि इतक्या अवचित?....

एकाएकी त्याचा अर्थ माझ्या ध्यानात आला.

मालकाचे प्राण कासावीस झाले... म्हणून ... म्हणून मला खचल्यासारखे झाले. तो मरणार म्हणून मलाही... खलास झाल्यासारखे वाटले! म्हणजे... त्याच्या असण्यावर माझा आकार अवलंबून! तो नसला, तर मीही नाही! नुसता निराकार गोळा! अंधारात सुस्त वेटोळे करून बसलेला — नव्हे, अंधाराचाच एक अवयव!

मालक मेला - तर त्याचा चाकरही नाहीसा होईल!

याचा अर्थ... याचा अर्थ, मालक मरून चालणार नाही. कधीच नाही!

मला संपायचे नसेल तर मालकाला जिवंत ठेवायला हवे — कसेही करून!

मी मालकाला जिवंत ठेवायला हवे? कसेही करून? माझी रक्ताची तहान तशीच मारून? या मालकाला — ज्याने मला हा भयाण आकार दिला, ज्याने मला रात्रंदिवस ही जीवघेणी तडफड दिली आणि त्याशिवाय.... त्याशिवाय ज्याने मला काहीच दिले नाही? दोन — फक्त दोन कामगिऱ्या! आणि बाकी रिकामा — रिकामा काळोख ज्याने माझ्या कपाळी लिहिला, त्याला मी मारूही शकत

नाही? उलट त्यालाच जपत राहायचे स्वत:साठी-स्वत:साठीच! त्याच्या अंतापर्यंत...?

नाही! यावर काही मार्ग असलाच पाहिजे! काहीतरी — नक्कीच!...

पण काय?...

कुणाला विचारू? कुणीच नाही. चारही बाजूंना एक भयाण पोकळी आहे. एखाद्या जीर्णशीर्ण प्राचीन वटवृक्षाच्या ढोलीसारखी एक थंडगार पोकळी! काजळकाळी पोकळी!

घर. प्रशस्त जुने घर. प्रचंड ओबडधोबड खांबांनी सावरलेले. शेवाळलेले. खरडलेले.

घराच्या पायऱ्यांशी कुणीतरी आले.

त्याने मला साद दिली.

मी काळोखातून बाहेर आलो.

पायऱ्यांवर तो उभा होता. मालकाचा मुलगा; नुकताच परदेशी जाऊन आलेला.

'काम होतं.' तो म्हणाला.

'बसा.' मी म्हटले, 'पण मला एक सांगा : तुम्ही तुमच्या बापाचा वारसा घेतलेला आहे ना? त्याच्या सगळ्या जबाबदाऱ्या तुम्हाला मान्य आहेत ना? त्याच्याच डागाळलेल्या पैशानं तुम्ही शिकून आलात ना? त्याचंच रक्त तुमच्या शरीरातून वाहातंय ना?'

'हो हो!' त्याने अधीरपणे मान डोलावीत सारे काही मान्य केले. 'पपांच्या सगळ्या जबाबदाऱ्या मी घेईन.'

त्याने माझा वारसा मान्य करताक्षणीच माझ्यात एकदम कितीतरी जोर आला. छाती फुगली. दंडात बेटकुळ्या उड्या मारू लागल्या.

'काही हरकत नाही.' मी म्हणालो, 'आजपासून तुम्ही माझे मालक.'

'मग? कामाचं काय?'

'काम माझ्या लक्षात आलं, फर्मची मालकी एकट्या तुम्हालाच हवी आहे ना? त्यासाठी थोरल्या मालकांची अडचण होतेय ना? ठीक आहे. आपण त्यांचा काटा काढू!'

■

विहीर

जगातली सर्वांत सुरक्षित जागा कुठली? मी असे विचारताच सगळे एका आवाजात ओरडतील — घर!

काही जण हात नाचवत राहतील — आणि विचारल्यावर सांगतील — शाळा!

अगदी पाठीमागून कोणी तरी चिरक्या आवाजात ओरडेल — मैदान!

कुणी सांगेल — झाड, तर कुणी सांगेल — आकाश! कुणी काही, तर कुणी काही!

मी पुन्हा विचारेन की जगातली सर्वांत सुरक्षित जागा कोणती?

तर कोणालाच त्याचे बरोबर उत्तर देता यायचे नाही.

कारण ते फक्त मलाच माहीत आहे. माझ्याइतके बुद्धिमान लोक जगात फारच थोडे असतील.

माझ्या प्रश्नाचे उत्तर आहे — विहीर.

विहिरीइतकी सुरक्षित जागा जगात दुसरी कुठलीही नाही.

लोकांचे काय आहे, की त्यांना चाकोरीबाहेर काही करण्याचे धैर्य नसते.

ते आपले घरात राहाणे हेच सुरक्षितपणाचे मानतात. विहिरीत राहण्याचे फायदे लक्षात घ्यायला ते तयारच नसतात.

आता पाहा, घरच्या घरी बसल्या बसल्या माणूस छप्पर कोसळून ठार होऊ शकतो. विहिरीला छप्पर असते का कोसळायला?

अर्थात मी ज्या विहिरीत राहतो तिला थोडेफार छप्पर आहे; जसे काही थोड्या विहिरींना असते, पाण्यात घाण पडू नये म्हणून, तसे.

मात्र मी ज्या विहिरीत राहतो, तिच्यात पाणी नाही, ही गोष्ट वेगळी.

अर्थात पाणीच नसल्यामुळे त्याच्यात घाण पडण्याचा प्रश्नच येत नाही. आणि त्याबरोबरच तिला छप्पर असण्याचाही. पण तरीदेखील तिला, कसे कोण जाणे, छप्पर आहे एवढे खरे. पण खरा मुद्दा छपराचा नाही.

घर मुख्यत: सुरक्षित नसते ते माणसामुळे. घरामध्ये माणसे आपली एकसारखी येतात, जातात.

आणि माणसे फार भयंकर असतात; पण ती घरात येतात, तशी विहिरीत येत नाहीत. क्वचित डोकावून पाहतात. भयंकर हिंस्त्र उत्सुकतेने. श्वापदासारखे त्यांचे डोळे चमकतात. माणसे खोल विहिरीपर्यंत पोहोचली नाहीत, तरी विहिरीत बादली सोडावी, तशी ती आपली नजर खाली सोडतात. अशा वेळेस आपण त्यांच्याकडे बघायचेसुद्धा नसते. ती दिसलीच नाहीत, असे दाखवायचे असते. त्यांची ती विहिरीत पडणारी नजर झेलायचीच नसते. एवढे केले, की मग माणसे आपल्याला काही करीत नाहीत.

आणि करणार तरी कशी? ती आपल्यापासून फार दूर असतात. नाही का? घरामधे कसे? माणसे आपल्या समोरच असतात. ती आपल्याला पकडून ठेवू शकतात. पोलिसाकडे घेऊन जाऊ शकतात. आपल्याकडे बोटे दाखवू शकतात.

पण आपण विहिरीत राहात असलो, की यातले काहीच ती करू शकत नाहीत. विहिरीत आपल्यासमोर कोणी येतच नाही. मग ते आपल्याला मारतील कसे, धरतील कसे? आपल्याकडे बोटे कशी दाखवतील?

तरी माणसाची जात एकूण भयंकर असल्यामुळे ती लांबून आपल्याकडे बोटे दाखवतील आणि आपल्या पाठीमागे आपल्याविषयी बोलतील.

म्हणून तर आपण चुकूनसुद्धा कधी त्यांच्यात जायचे नसते. कारण आपण विहिरीत असताना त्यांनी आपल्याविषयी सगळ्यांना सांगून ठेवलेले असते. मग आपण बाहेर गेलो की सगळे 'हाच तो — हाच तो' असे नाही का म्हणणार?

त्यासाठी काय करायचे की आपण विहिरीच्या बाहेर पडायचेच नाही. आता हे तर शक्यच नाही की माणूस दिवसरात्र कायम विहिरीतच राहील — मग तिच्यात पाणी नसले — ती अगदी कोरडीठाक असली, तरीही. कारण विहीर स्वच्छ ठेवायची असली, तर इतर व्यवहारासाठी माणसाला बाहेर जावेच लागते. झालेच तर काही तरी खायची-प्यायची गरज असतेच.

हे समजायला माझ्याइतक्या बुद्धिमान माणसाची गरज नाही. अगदी सामान्य बुद्धीच्या किंवा अर्धवट माणसालासुद्धा हे समजू शकेल.

तेव्हा मी या प्रश्नावर अगदी सहजपणे तोडगे शोधून काढले आहेत. मी

दिवसातून दोन वेळा विहिरीच्या बाहेर येऊन जातो. एकदा अगदी पहाटेपूर्वी कुण्णी बाहेर नसताना आणि बाहेर अजूनही अंधार असताना. दुसरी वेळ भर दुपारची. तेव्हाही कुणीच आजुबाजूला नसते. कुणीच म्हणजे दुपारचे पिवळेधमक ऊन सोडले तर दुसरे कुणीच. एकदम अंधारातून बाहेर गेले की उन्हाचा फार त्रास होतो. डोळे अतिशय जळतात आणि मुख्य म्हणजे ते ऊन अगदी एखादे पिवळेधमक जनावर आपल्यावर टिपण धरून बसले असावे, तसे दिसते. शिवाय जनावर एकाच ठिकाणी, तर ऊन सगळीकडे.

मला अशी दोन गोष्टींमधील साम्यविरोध दाखवण्याची सवय पहिल्यापासून आहे. पहिल्यापासून म्हणजे मी विहिरीत राहायला लागायच्या आधीपासून. तेव्हा मी शिक्षक होतो. आणि विद्यार्थ्यांना नेहमी असा तुलनात्मक दृष्टिकोन ठेवायला सांगायचा. पण तसा तो ठेवायचा म्हणजे त्यासाठी विचारांची एक विशिष्ट पद्धत लागते. आणि त्यासाठी मुळात माणूस फार बुद्धिमान असावा लागतो.

हां – तर जनावरांविषयी चालले होते. ऊन जरी जनावरासारखे असले, तरी ते काही माणसाइतके भयंकर नसते. दुपारी विहिरीच्या कडेशी चिटपाखरूही नसते; पण कुणीतरी एका ताटात जेवण काढून ठेवलेले असते. ते जेवायचे, ताटांतच हात धुवून तांब्यातले राहिलेले पाणी पिऊन टाकायचे की बस. पुन्हा पायऱ्या उतरत विहिरीत हजर व्हायचे. आता मी 'कुणी तरी' म्हटले तरी माझ्यासाठी विहिरीच्या तोंडावर ताट कोण मांडून ठेवते, हे मला माहीत आहे. शंभूच ते करतो. शंभू आता खूप म्हातारा झाला, त्याला डोळ्यांनी धड दिसतही नाही. पण तो या विहिरीच्या बाहेर बराच वावरत असतो. म्हणजे मला लागतेच ना त्याची चाहूल! वाट दिसत नसली, तरी तो आपला चाचपडत चाचपडत ही ती कामे हातावेगळी करीत असतो. खरे म्हणजे एकसारखे ही एवढी सगळी कामे करीत राहाण्यापेक्षा त्याने स्वत:साठी एक मस्तपैकी विहीर बांधावी, आणि त्यात राहू लागावे. म्हणजे त्याची बरीचशी कामे कमी नाही का होणार? पण त्याला कदाचित कामे करीत राहाण्यातच गोडी वाटत असेल. आणि जुन्या सवयी सहजपणे सोडणे शक्य व्हायला सगळे काही माझ्याइतके बुद्धिमान नसतात.

पण शंभू बुद्धिमान नसला तरी त्याचे एक बरे आहे. तो कुणाच्या अध्यात मध्यात नसतो. उगाच विहिरीत डोकावत नाही. अर्थात डोकावला तरी त्याच्या अधू डोळ्यांना इतक्या लांबचे नीट दिसणार आहे थोडेच?

त्याचे दुसरे एक बरे आहे, ते म्हणजे रोज तो माझ्यासाठी काहीतरी भात-भाजी शिजवतो. आणि ती विहिरीच्या तोंडाशी आणून ठेवतो.

ही विहीर तशी बरी आहे.

फार फार जुनी – म्हणजे जवळजवळ दीडेकशे वर्षांपूर्वीची. काही दगड निखळले आहेत. पण तरीही अजून दीडेकशे वर्षे बघायला नको. पायऱ्यांचे दगड त्या मानाने बरेच एकसारखे आणि चांगल्या अवस्थेत आहेत.

विहिरीत काळोख बराच आहे. त्यातून या विहिरीला छपरासारखे काहीतरी असल्यामुळे काळोख अधिकच दाट वाटतो. भरदुपारीदेखील उजेड जेमतेमच असतो.

पण काळोख असला, म्हणून माझी काही गैरसोय होत नाही. कारण इथे वाचायला पुस्तके नाहीत, आणि पुस्तकांची मला पूर्वीसारखी आवडही राहिलेली नाही. मुळात बाहेरच पडायचे नसेल तर पुस्तकातल्या त्या सगळ्या ज्ञानाचा उपयोगच काय? म्हणजे सगळ्या जगभराचे ज्ञान डोक्यात ठेवावे लागत नाही, हा विहिरीत राहण्याचा आणि बाहेर न पडण्याचा एक फायदाच समजला पाहिजे!

शिवाय काळोख मला आवडतोच. कारण काळोखातच खरा सुरक्षितपणा असतो. लोक जेव्हा वरून डोकावतात तेव्हा मी त्यांना पाहू शकतो. कारण ते प्रकाशात असतात. पण ते मला पाहू शकत नाहीत. कारण मी काळोखात! यावरून माझा मुद्दा स्पष्ट होईल.

मी मघा म्हणालोच की मी राहतो त्या विहिरीत पाणी नाही. पाणी असते तर मासे मारण्यात निदान माझा थोडा वेळ गेला असता. आता म्हणजे करायला काहीच नाही. अर्थात मी विचार करतो, पुष्कळ करतो. अगदी तासचे तास विचार करीत असतो. अनेक महत्त्वाच्या गोष्टींवर विचार करतो. उदाहरणार्थ, मी जर बाहेर राहण्याचा मूर्खपणा केला असता, तर माझ्यावर काय काय आपत्ती कोसळल्या असत्या, किंवा या विहिरीला नेमके किती दगड असतील, यांसारख्या गोष्टींवर.

अशा महत्त्वाच्या गोष्टींवर विचार करायचा म्हणजे त्याला पुष्कळच वेळ लागतो. त्यामुळे कधीकधी मला रिकामा वेळ अजिबात उरत नाही. अर्थात इतरांप्रमाणे बाहेर भटकण्यात किंवा एकमेकांशी फालतू विषयांवर बोलण्यात मी वेळ अजिबात फुकट घालवीत नाही. म्हणूनच मला विचार करायला थोडेफार फावते.

असा विचार करायला लागलो म्हणजे मला आणखी एका गोष्टीची गंमत वाटते. बाहेर राहणाऱ्या लोकांनी सकाळ, दुपार, संध्याकाळ असले निरनिराळे प्रहर करून, त्या त्या प्रहरी करायची किती कामे वाढवून ठेवली आहेत! तेच विहिरीत राहिले म्हणजे सबंध वेळ एकच एक प्रहर चालू असतो. थोडासा उजेड आला की ती दुपार समजायची. तो तेवढा मधे खंड! बाकी सगळे सारखेच.

असे असले की उगाच कृत्रिमपणे वेगवेगळे प्रहर करून, निरनिराळी कामे आखून घ्यावी लागत नाहीत. त्यामुळे बराच वेळ वाचतो.

नुसते दिवसाचे तीन प्रहरच नव्हेत, तर वर्षातले सगळे ऋतूदेखील माणसाला विहिरीतून सारखेच दिसणार. थंडी नाही, वारा नाही — विहिरीत राहिले, की माणूस या सगळ्यापासून मुक्त! उघड्या विहिरी म्हणे पावसाळ्यात भरतात. पण माझ्यासारख्या एखाद्या नशीबवान रहिवाशाला अशी विहीर लाभते, की ती पावसाळ्यातदेखील कोरडीठाक! अशी विहीर राहायला मिळाली, की माणसाला निसर्गातल्या फरकांचीसुद्धा भीती नाही. त्याचा तो राजा!... त्याला कुणाचीच भीती नाही... कुणाचीच भीती नाही!

बहुतेक सगळे लोक माझ्याइतके बुद्धिमान नसतात. म्हणून साऱ्यांना एकत्र राहावे लागते. माझ्यासारख्या एखाद्यालाच एकटे — अगदी एकटे राहणे शक्य होते. अगदी एकटे! कुणाचे येणे नाही की जाणे नाही, असे!

पण त्या दिवशी कुणीतरी आले.

विहिरीच्या पायऱ्यांवर कुणाची तरी चाहूल लागली. त्यापाठोपाठ पायऱ्यांवरून टॉर्चचा प्रकाश एखाद्या सर्पासारखा सरपटत खाली येऊ लागला.

मी काळोखातच मागे सरकलो. अगदी भिंतीला टेकून उभा राहिलो. तिथल्या दगडाशी एकजीव झाल्यासारखा!

बापरे! कोण आले असेल?

माझे हातपाय लटलट कापू लागले.

छातीत धडधडू लागले.

मागे एकदा मला अशीच खूप धडकी भरली होती. विहिरीत राहू लागल्यानंतर ती हळूहळू कमी झाली होती. आता अचानक ती पुन्हा सुरू झाली.

कोण आले असेल?

बाकी या विहिरीची रचना मोठी छान आहे. विहीर चौकोनी आहे आणि वरून खाली येणाऱ्या पायऱ्यांच्या भिंती मध्येच एका बाजूला आहेत. त्यामुळे पायऱ्यांवरच्या माणसाला कोपऱ्यातला माणूस दिसत नाही.

पायऱ्यांवर जे कोणी होते, ते जाईपर्यंत आपण कोपऱ्यातून हलायचेच नाही असे मी ठरवले.

तसाच थरथरत कोपऱ्यात उभा राहिलो.

'गेल्या वर्षापासून हे असं चाललंय. वहिनी गेल्या तेव्हापासून.'

— हा शंभूचा आवाज!

तसे पाहिले तर मी शंभूला गेल्या कित्येक दिवसांत पाहिलेलेच नाही.

नुसती त्याची चाहूल ऐकून आहे. पण तरीही मी त्याला बिलकुल घाबरत नव्हतो.

पण त्याच्याबरोबर दुसरे कोण असेल?

'कमाल आहे! मला कुणीच कळवलं नाही!'

हा आवाज आप्पाचा! आप्पा म्हणजे माझा मधला भाऊ. हा अर्थातच चारचौघांसारखा घरात राहणारा. तसे त्याचे घर खूप शोभिवंत आहे म्हणे! शोभा कसली त्यात? खूप उजेड असेल! आणि एकसारखे लोक येत-जात असतील! बापरे, किती भयंकर!

'कळवणार म्हणजे दादाच! ते महिन्यातून एकदा येतात, खर्चाला पैसे देऊन जातात. जगूला एकदा डॉक्टरला तरी दाखवून आणा म्हटलं, तर म्हणतात – वेड लागलंय त्याला! तो काय आता सुधारायचा आहे?'

एकूण माझ्याविषयी दादाचे हे मत. या लोकांना वाटायचेच माझे वागणे वेडेपणाचे. जगात बुद्धिमान माणसांना हे असेच ऐकून घ्यावे लागते!

टॉर्चचा प्रकाश आता तळाशी येऊन स्थिरावला. त्याच्या पाठोपाठ दोघे बोलत बोलत पायऱ्या उतरून चक्क विहिरीत येऊन ठेपले. मी अंग अधिकच आकसून उभा राहिलो.

'कुठाय् तो?' आप्पाने विचारले.

– तशी मला आप्पाची फारशी भीती वाटत नव्हती. आप्पा माझ्याशी चांगले वागायचा. निदान तो मला पोलिसाकडे देणार नाही, किंवा माझ्या पाठीमागे माझ्याविषयी कुणाला काही सांगणार नाही, याची खात्री होती.

एव्हाना आप्पाचे डोळे काळोखाला सरावले होते. त्याचा टॉर्च विहीरभर भिरभिर फिरत होता. शेवटी प्रकाश माझ्यावर पडताच तो स्थिर झाला. प्रकाशाची तिरीप असह्य होऊन मी डोळे मिटून घेतले. आप्पा शंभूला म्हणाला :

'शंभू – तो – आपला जगन्?'

त्याच्या स्वरात विलक्षण आश्चर्य होते.

शंभूने मान डोलावली.

'जगन् —' आप्पा मला हळुवारपणे हाक मारीत म्हणाला, 'जगन – मी आलोय् — आप्पा. इकडे ये ना!'

मी काहीच बोललो नाही. मला आप्पाची भीती नव्हती वाटत. शंभूचीही नाही. पण या दोघांना इथे माझ्या विहिरीत येण्याची काय गरज?

मी जागच्या जागी अंग आखडून उभा राहिलो. केव्हा जातील हे दोघे?

पण जाण्याऐवजी ते दोघे माझ्याजवळच येऊन उभे राहिले.

आप्पा म्हणाला - 'जगन, असं काय करतोस? मी आप्पा!'

मी काहीच बोललो नाही.

'चल - वर चल. इथं काय करतोयस?'

'मी बरा आहे इथंच. तुम्ही जा.'

'कां? तू चल ना आमच्याबरोबर.'

'मला इथंच राहयचंय. मला नाही या विहिरीबाहेर पडायचं.' मी ठामपणे म्हणालो.

'ही विहीर नाही, जगन!' आप्पा एकदम चक्रमसारखे बोलला, 'हे आपल्या वाड्याचं तळघर आहे.'

'ही विहीर आहे.' मी निक्षून सांगितले.

'नाही, जगन. तू उगाचच काहीतरी डोक्यात घेतलंयस. ते काढून टाक.'

मला राग आला. 'उगाचच काहीतरी डोक्यात घ्यायला मी काय वेडाबिडा आहे की काय?' मी तिरसटपणे विचारले.

'तसं नाही मी म्हणत.' आप्पा चुचकारल्यासारखे म्हणाला, 'पण हे बघ -ही विहीर कशी असेल? इथं पाणी कुठाय?'

'ही कोरडी विहीर आहे.' मी म्हणालो.

'चल, वर चल. घरात राहायला लाग नीट चारचौघांसारखा. शाळेत शिकवायला लाग पुन्हा.'

'मी इथंच बरा आहे.' मी म्हणालो, 'तुम्ही माझी काळजी करू नका.'

'अरे, काय दशा करून घेतलीयस् स्वत:ची?' आप्पा हळहळत म्हणाला, 'दाढी काय वाढवलीय, केसांच्या जटा काय झाल्यायत, पिवळाफटक पडलायस्.'

'बरंय् की असंच. इथे कोणी येत नाही की मी कुठे जात नाही. कुणी पाहातच नाही, तर हवीयत् कशाला दाढी नि केस नीट ठेवायला?'

आप्पा निरुत्तर झाला. पूर्वी हे असेच व्हायचे. माझ्याशी वाद घालताना कोणीच शेवटपर्यंत टिकत नसे.

जरा वेळ तेच तेच बोलून आप्पा आणि शंभू निघून गेले. माझ्या छातीतील धडकीदेखील आता थोडी कमी झाली होती.

पण आप्पा निघून गेला आणि मी अधिकच बेचैन झालो. कशाला आला आप्पा?

— तसा तो कशाला आला, ते मला ठाऊक होते. त्याची इकडे वसुलीची कामे असत. वर्षातून एकदा तो आल्याशिवाय राहात नसे.

फक्त गेल्या वर्षी मात्र त्याला दुसरे काही तरी काम निघाले. म्हणून त्याच्या- ऐवजी त्याची बायको सरल आली.

सरल!

रूपाने देखणी, अंगानं भरलेली. कुठल्याही पुरुषाला आव्हान देत आहेशी वाटणारी!

शिवाय बोलायला भलतीच गोड. सदा थट्टामस्करी करीत बोलायची. दुसऱ्या माणसाला अगदी पाघळून टाकायची.

तिचे हसणे – हातातील कांकणे किणकिणल्यासारखे. मला ते फार आवडायचे. म्हणजे सुरुवातीला. पण नंतर — जाऊ दे. नको ती आठवण!

तिच्या स्वभावात आणि आप्पाच्या स्वभावात तसा बराच फरक! आप्पा शांत. कधी कुणाची थट्टामस्करी न करणारा. थोडा आतल्या गाठीचा. सरल-सारखा मोकळ्या स्वभावाचा नव्हे. काय वाट्टेल ते करील आणि त्याचा पत्ता लागू देणार नाही, असे वाटायचे.

आप्पा आला तो आला; पण त्याला माझी चौकशी करायचे काय कारण? तो घरात राहतो तसा मी विहिरीत राहतो. त्याने घरात राहायला माझी हरकत नसते; मग मी विहिरीत राहायला त्याची कां आडकाठी?

असे तर नसेल?

तो विचार मनात आला आणि माझ्या छातीत पुन्हा धडकी सुरू झाली.

कदाचित् त्याला काही संशय तर आला नसेल ना?

किंवा तो नेहमीसारखाच आला असेल. पण आल्यानंतर इथेच कोणी तरी त्याच्या मनात काही भरवले नसेलना? माझ्याविषयी काही सांगितले नसेलना?

पण कोण सांगणार? कुणाला काय माहीत आहे?

पण कुणाला माहीत आहे किंवा नाही, हे आपल्याला कुठे ठाऊक आहे?

अशा नाना विचारांनी मला दिवसभर चैनच पडेना. मधे मधे तर छातीतली धडकी इतकी वाढायची, की मी विहिरीच्या एका कोपऱ्यात जाऊन अगदी निश्चल बसून राही. मधेच सुचेनासे झाले, की या भिंतीपासून त्या भिंतीपर्यंत धावत सुटे. खरोखरच मी अगदी बेचैन होऊन गेलो होतो.

आणि रात्री माझ्या शंका खऱ्या ठरल्या.

वेळ बहुधा रात्रीचीच असावी. मला डुलकी लागत होती. सबंध दिवसातून आत्ताच कुठे मला थोडीशी झोप येत होती...

इतक्यात टॉर्चचा प्रकाश पडला —

मी दचकून उठलो.

माझ्यासमोर आप्पा उभा होता.

मी धडपडत उठून बसलो.

आप्पा एकटाच होता. त्याच्याबरोबर शंभू नव्हता.

'जगन —' आप्पाचा स्वर थोडा ताठर वाटला.

‘काय?’

‘बाहेर येतोस?’

‘नाही, मी सांगितलंय् तुला. मी विहिरीच्या बाहेर कधीच येणार नाही.’

‘येतोस की नाही?’

‘नाही.’

‘मग — मरायचंय् तुला इथंच कुजून?’ आप्पा रागाने म्हणाला.

मी काही बोललो नाही. त्याचा राग जिथल्या तिथे विझतो का, हे पाहिले.

‘उद्यापासून सरळ बाहेर पड. गावात इकडे-तिकडे फिरून ये. हळूहळू माणसांमधे मिसळायला लाग. पुन्हा कामावर जायला लाग.’

‘मी बाहेर पडणार नाही.’

‘पण कां?’ आप्पा हटून बसला.

‘माझ्या छातीत धडधडतं. बाहेर गेलो तर मला एकसारखी धडकी भरेल. एकदम माझं हार्ट थांबेलसुद्धा. मी मरून जाईन.’

‘इथे — या काळोखात — भुतासाररखं एकटं राहायला तुला भीती नाही वाटत?’

‘नाही. मला एकटंच राहायचंय्. मला माणसांची भीती वाटते.’

‘आता मी तुझ्याशी बोलतोय. माझी वाटते भीती?’

टॉर्चचा प्रकाश सरळ माझ्या तोंडावर टाकीत आप्पाने विचारले. मी प्रकाशापासून खाडकन् दूर झालो. आणि कोपऱ्यात जाऊन उभा राहिलो.

‘मी काय विचारतोय तुला? माझी भीती वाटते का?’

‘नाही.’ मी थरथरत उत्तर दिले.

‘मग — इतरांची कां वाटते?’

‘ते बोलतात. कुजबुजतात. माझ्याकडे बोटं दाखवतात.’

‘कशासाठी? तू काय केलंयस?’

आप्पाचा आवाज आता चांगलाच चढला. माझ्या छातीत पुन्हा धडधड सुरू झाली.

‘तू बोलणार आहेस की नाही?’

‘मी – मी काही केलं नाही.’

‘खोटं बोलू नकोस. तू काय केलंस, हे मला कळलंय्.’

त्याने टॉर्च पेटवून माझ्या डोळ्यांवर धरला. माझे डोळे दिपले. मी धडपडत मागे पळालो. आणि मागच्या दगडी भिंतीवर माझे डोके काचकन् आपटले. एक जीवघेणी कळ डोक्यातून निघाली.

‘तू–तुझ्या तोंडानं सांगणार आहेस, की माझ्या तोंडून ऐकायचंय?’

मी काहीच बोललो नाही.

अचानक आप्पाने गळ्याजवळ माझा सदरा पकडला.

'थांब, तू! — बोलणार नसलास तर मी तुला बाहेर घेऊन जातो. लोकांसमोर उभं करतो. मग बघतो आम्ही सगळे, तू कसा बोलत नाहीस ते.'

असे म्हणून तो मला ओढीत ओढीत विहिरीच्या पायऱ्यापर्यंत घेऊन आला. दोन-तीन पायऱ्या मला चढायलादेखील लावल्या.

'चल-चल आधी वर. इथं लपून राहायचं नाही तळघरात. कळू दे — कळू दे लोकांना तू काय काय केलंस ते —'

असे बडबडत तो मला खेचत नेऊ लागला.

'नको नको प्लीज — मला लोकांसमोर नेऊ नकोस.' मी त्याच्या विनवण्या केल्या. 'तू माझा भाऊ आहेस ना? मग मला बाहेर नेऊ नको. मला भीती वाटते. भीतीनं माझा जीव जाईल — जीव जाईल —'

तरी पण तो ऐकेना. मला खेचतच राहिला.

मग मला मोठ्याने बोलायचीदेखील भीती वाटायला लागली. न जाणो, माझा आवाज ऐकून लोक जमा झाले तर —

मी आप्पाच्या हाताला हिसडा देऊन पळत सुटलो. काळोखात पायरीवर माझा पाय मुडपला. मी कोलमडून खाली आलो.

मुरगळलेला पाय ठणकू लागला.

'उठ — उभा राहा!' आप्पा दरडावू लागला, 'चल बाहेर.'

'मला नाही येता येणार. माझा पाय दुखतोय्–'

'तुझी सगळी सोंगं मला समजतात — चल — चल आधी –'

आप्पाने सकाळी ज्या हळुवारपणाने माझी चौकशी केली होती, त्याचा लवलेशही आता राहिला नव्हता. मग दिवसभरात त्याला माझ्याविषयी काय काय कळले होते कुणास ठाऊक!

'बोल — बोलतोस की नाही?'

भीतीने आता माझी छाती फुटणार, असे मला वाटू लागले.

मी ओक्साबोक्शी रडू लागलो.

'नुसता रडू नकोस — काय झालं ते सांग.'

'मला तुझ्याजवळ बोलायला भीती वाटते. तू मला ठार मारशील.'

'काही तरी बोलू नकोस. मी कसा मारीन तुला?'

'कोणाकडे तरी बोलशील – मग ते लोक मला –'

मी पुन्हा रडू लागलो.

आप्पा पायऱ्यांवर बसला. त्यालाही आता या झटापटीनंतर थकवा आला

असावा.

बराच वेळ त्याने मला रडू दिले.

मग तो जरा खालच्या आवाजात म्हणाला—

"हे बघ — तू बोलून टाक... कुणाकडे तरी बोलून टाक. म्हणजे तुझं मन हलकं होईल... आणि हे वेड तुझ्या डोक्यातून निघून जाईल —'

अजूनही मी हुंदके देतच होतो.

'मला माहितेय तुझं काय झालंय ते,' आप्पा म्हणाला, 'गेल्या वर्षी सरला वारली. तुझ्यासमोर — इथंच तो अपघात घडला, त्यामुळे तुझ्या डोक्यावर परिणाम झालाय त्या दिवसापासून.' थोडा वेळ थांबून तो म्हणाला — 'ती गेली. त्याचा मलाही धक्का बसला. पण मी तुझ्यासारखं काही डोक्यात घेतलं नाही. स्वत:चा कामधंदा सोडला नाही. माणसातून उठलो नाही.'

मी गप्पच होतो. बोलण्यासारखे काय होते?

'आता मला एक गोष्ट तुझ्याकडून कळायला हवी — ' आप्पाच पुढे बोलू लागला. 'तिच्या मरणाचा मला धक्का बसला त्याहून तुला अधिक बसला. ती गेली त्या वेळेस, मी इथं नव्हतो. तू इथं होतास, त्यामुळे तुझ्यावर अधिक परिणाम झाला, असं धरू. पण एवढंच ना? की त्याहून अधिक काहीतरी —'

'अधिक काय?'

'तुला तिच्याविषयी काही अधिक भावना —'

मी हाताने चेहरा झाकून बराच वेळ बसून राहिलो.

आप्पाने पुन्हा टॉर्चचा प्रकाश माझ्या तोंडावर मारायला सुरुवात केली. 'मला समजायला पाहिजे. ती माझी बायको होती, मला समजलंच पाहिजे —' तो ओरडला.

मी चेहरा अधिकच झाकून घेतला. मला प्रकाशाची विलक्षण भीती वाटू लागली होती.

'टॉर्च बंद कर - मी सांगतो...'

त्याने टॉर्च बंद केला.

'मला — मला सरलावहिनी हवी होती —' मी अडखळत सांगू लागलो.

'इतकी वर्षं माझं लग्न झालं नाही. कधी होईल की नाही सांगवत नव्हतं. माझ्या आयुष्यात बाई आली ती हीच. फार चांगली, देखणी, हवीशी वाटणारी —'

'पुढे बोल.' आप्पा कर्कशपणे ओरडला.

'तिला या गोष्टीची कल्पना नव्हती. पण ती मनमोकळेपणानं वागायची. मी याचा वेगळा अर्थ केला. मनाशी म्हटलं, की संधी आली आहे – जरा

धाडस केलं तर —?'

'थांबू नकोस, पुढे सांग.'

'त्या रात्री ती मला सोबतीला घेऊन डोंगरावरच्या कनकनाथाच्या देवळात गेली होती. परत येताना वाटेत तिला तहान लागली. म्हणून आम्ही मळ्यातल्या विहिरीवर पाणी प्यायला थांबलो.

'अचानक माझा तोल गेला. मी तिला घट्ट मिठी मारली. ती विरोध करायला लागली. तिनं स्वत:ला सोडवून घेतलं. माझ्यापासून दूर उभी राहिली. एवढं होऊनही ती घाबरली नव्हती. उलट तिला हसू येत होतं. हसत हसतच ती म्हणाली, 'वेडा रे वेडा — अरे, हे काय डोक्यात आलं तुझ्या?' आणि ती आपली हसत सुटली. मला — मला हसत होती ती. मला वेडा म्हणत होती! मी चिडलो. भयंकर संतापलो. माझ्या आयुष्यात आलेली पहिली स्त्री मला वेडा ठरवत होती — मला हसत होती. माझ्या डोक्यात सणक आली. मागचापुढचा विचार न करता मी तिला विहिरीत ढकलून दिलं. तोंडातून किंकाळी फुटण्याच्या आतच ती गटांगळ्या खायला लागली होती. एकदा हात उंचावून तिनं प्राण वाचवण्याचा निकराचा प्रयत्न केला — आणि दुसऱ्याच क्षणी विहिरीचा तळ गाठला. मी एकटाच परतलो.

'पण मग भीती वाटायला लागली. कुणी पाहिलं तर नसेल ना. कुणी बोलणार तर नाही ना, कुणाला समजणार तर नाही ना? असं क्षणाक्षणाला वाटायला लागलं. प्रत्येकजण आपल्याकडे संशयानंच पाहतोय, प्रत्येकाला हे ठाऊक आहे असं वाटायचं. प्रेत मिळालं. तू येऊन संस्कार केलेस. ते सगळं चालू असताना मी दडून राहिलो. दूर. माणसांपासून दूर. या विहिरीत.'

मी बोलायचा थांबलो. आप्पाही गप्प होता. काही क्षण विहिरीत शांतता पसरली. मग आप्पा बोलू लागला —

'तू — तू तिला मारलंस. — मला वाटलं, की ती अपघातानं गेली; आज शंभू म्हणाला की तू त्या वेळेपासून इथं लपून आहेस. तेव्हा म्हटलं या दोन गोष्टींचा संबंध असणार; कारण तिचा मृतदेह सापडला तो विहिरीतच! आणि तू — तू जिवंतपणी स्वत:ला गाडून घेतलंयस तेही विहिरीतच. ती विहीर — विहीर पछाडतेय तुला.'

बोलता बोलता उठून आप्पा वर जाऊ लागला. मी त्याला हाक मारली —

'आप्पा — '

आप्पा वळला.

'कुणाला सांगणार नाहीस ना तू?'

'घाबरू नको. मी कुणाला सांगणार नाही. पण तुला शिक्षा केल्याशिवाय राहणार नाही. माय गॉड – माझी सरल – इतकी चांगली, निष्पाप मुलगी आणि

तू – तू तिचा चक्क खून केलास! तुला काय वाटतंय — इथं तळघरात लपून राहिलास म्हणून तू सुटशील? मला ठाऊक आहे, तिच्यासारखं विहिरीत राहून तू प्रायश्चित्त घेतोयस. तिचं केलंस तेच स्वत:चं करतोयस; पण तेवढं पुरेसं नाही. तू.... यातून सुटणार नाहीस. तुझा गुन्हा कोर्टात सिद्ध करता येणार नाही — पण तितकी वेळ यायची नाही — त्याआधी...'

अर्धवट माझ्याशी आणि अर्धवट स्वत:शी बडबडत आप्पा पायऱ्या चढून वर गेला. त्याच्या टॉर्चचा प्रकाश पाळीव प्राण्यासारखा त्याच्यापुढे उड्या मारीत गेला आणि मग विहिरीतला अंधार अधिकच गडद झाला.

दुसऱ्या दिवशी आप्पा पुन्हा येऊन काही तरी बोलेल, असं वाटलं होते. पण नाही. सगळा दिवस शांततेत गेला.

माझ्या छातीत भरलेली धडकी थोडी कमी झाली.

आणि तिसऱ्या दिवशी...

कुठूनसा आवाज ऐकू आला. मजूर काही तरी काम करीत असल्याचा. ठोकण्याचा — थापण्याचा.

काय चालले होते? कुठे चालले होते हे काम?

चौथ्या दिवशी मी एक आयडिया केली.

जेवून येताना मी ताटही माझ्याबरोबर घेऊन आलो.

अपेक्षेप्रमाणे ताट न्यायला शंभू आला.

मी त्याला विचारले - 'काय चाललं आहे? कसलं बांधकाम चाललंय?'

'आप्पासाहेबांनी एक हौद बांधायला घेतलाय. या तळघराच्या बरोबर वरती.'

'हौद? कशासाठी?'

उत्तर न देता शंभू वर निघून गेला.

पण माझ्या प्रश्नाचे उत्तर मला थोड्याच दिवसांत मिळाले.

विहिरीच्या एका दगडातून ओल आत येऊ लागली.

हळूहळू तिथून पाण्याचे थेंब गळू लागले.

नंतर आणखीही काही दगडांतून — पाणी सावकाश सावकाश झिरपू लागले. हे पाणी मुद्दाम बांधलेल्या गळक्या हौदातले होते खास. आता विहिरीच्या तळाशी चिखल झाला.

हळूहळू चिखल बसला. त्यावर पाणी जमू लागले.

सबंध विहिरीत पाणी सावकाश पसरू लागले.

पाऊलभर, ढोपरभर.

आता विहिरीत कमरेइतके पाणी आले आहे. पाणी वाढते आहे.

आप्पाला वाटत असेल की पाण्याला घाबरून मी नाइलाजाने विहिरीबाहेर येईन. तर ती त्याची चूक आहे.

मी पाण्याला घाबरत नाही. बाहेर माझ्याकडे लोक बोट दाखवतील. पाण्यापेक्षा ती माणसे अधिक भयंकर आहेत.

पाणी कितीही वाढो; मी त्यात बुडून गेलो, तरी बाहेर येणार नाही.

अशा रीतीने आप्पाचा बेत फसेल आणि मीच बुद्धिवान ठरेन.

एका गोष्टीत तर आप्पा खोटा ठरलाच आहे.

हे म्हणे तळघर आहे! आजवर त्यात पाणी नसल्यामुळे त्याला तळघर म्हणून चालत असेल कदाचित. पण आता तर ती चक्क पावसाळ्यातली विहीर होत चालली आहे.

म्हणजे – म्हणजे शेवटी माझंच म्हणणं बरोबर ठरलं.

टिप् टिप् — काळोखात पाण्याच्या थेंबांचा आवाज होत आहे —

पाणी वाढताना मला समजते आहे. त्यावर उठणारे तरंग काळोखातही जाणवताहेत —

पण मी आप्पाला शरण नाही जाणार.

पाणी वाढते आहे —

मला त्या काळोखात सरलची विहिरीत गटांगळ्या खाणारी आकृती दिसते आहे. हात उंचावून — जिवंत राहण्याचा शेवटचा निकराचा प्रयत्न करणारी –

आणि पाणी वाढते आहे ...

काय वाट्टेल ते होवो, मी विहिरीबाहेर जाणार नाही...

विहीर सुरक्षित आहे ...

जगातली सर्वांत सुरक्षित जागा कुठली, असे कुणी मला विचारले तर मी सांगेन — 'विहीर'.

पाणी वाढत चालले आहे ...

शेवटपर्यंत मी इथेच राहीन ... माझ्या आवडत्या विहिरीत...

पाणी वाढते आहे ...

■

सोनाराची बायको

पहाट होऊन कितीतरी वेळ झालेला असतो.

पण कुणाचा तरी उशिरा उठणारा कोंबडा, अगदी आत्ताच उजाडल्यासारखा संभावितपणे आरवतो. खरे तर गावातले सगळे कोंबडे वेळेच्या बाबतीत इतके नेमस्त, की सूर्य टोपलीखाली झाकला, तरी हे काही आरवायचे राहणार नाहीत. पण हाच एक चुकार कोंबडा आळशासारखा वाट्टेल तेव्हा उठतो आणि बाकीचे तेवढे मूर्ख, अशा रूबाबात जोरदार आरवतो.

आता उशिरा उठून आरवणाऱ्या कोंबड्याचा उपयोग तो काय? पण आहे, त्याचाही उपयोग आहे! निदान रंगनाथ मास्तरांना तरी त्याचा उपयोग आहे. कारण त्यांचे घड्याळ नेमके या उशिरा आरवणाऱ्या कोंबड्यावरच लावलेले. बाकी इतर कोंबडे कितीही बोंबलोत. त्यांचे 'कूकूचकू' रंगनाथ मास्तरांच्या कानात म्हणून शिरत नाही. त्यांना जाग येते, ती याच चुकार कोंबड्याच्या बांगेने. आता तो आळशी कोंबडा इतर कोंबड्यांपेक्षा वेगळा का, तर त्याचे उत्तर असे, की रंगनाथ मास्तरही इतर मास्तरांपेक्षा वेगळेच आहेत; खेडेगावच्या शाळेचा मास्तर म्हणजे ज्या कळाहीन मेणचट पुरुष अवताराचे चित्र डोळ्यांसमोर येते, त्यापेक्षा रंगनाथ मास्तर अगदीच निराळे. मर्दानी शरीर, देखणा चेहेरा, गुळगुळीत दाढी आणि भरदार मिशा. अशा या माणसाला त्याच्या दैवाने मिलिटरीत न पाठवता प्रायमरीत कां धाडले, हे एक न उलगडणारे कोडे. शिवाय 'मास्तर' म्हणजे पोराबाळांचं लेंढार मागे लागलेला, धर्मपत्नीच्या शिव्या खाणारा आणि संसाराच्या काळजीने सदा गांजलेला एक गरीब सद्‌गृहस्थ, अशी आपली कल्पना; तर रंगनाथ मास्तरचा एकूण रुबाब या सगळ्याशी विसंगत. ऐन ज्वानीतला हा मास्तर लग्नच करायला तयार नाही. एकटाच

राहातो आणि मस्तीत असतो. लोक बोलतात, की स्वारी नावाला जागते. पण खरेखोटे कुणास ठाऊक!

जिकडेतिकडे स्वच्छ प्रकाश पडलेला असतो. आता उठायला नक्कीच हरकत नाही अशा विचाराने रंगनाथ मास्तर उठून बसतात आणि पलीकडे ठेवलेल्या घड्याळात किती वाजले, हे बघतात. काही घाई नसते की कुठे जायचे नसते. पण उगाच आपली घड्याळ पाहण्याची सवय! यथावकाश मास्तर पांघरुणाची घडी करतात, अंथरूण जागच्या जागी आवरल्यासारखे करतात आणि जांघियावर पायजमा घालतात. एवढे यथास्थित झाल्यावर मोरीत चूळ भरतात आणि हातात मशेरी घेतात. दातांना मशेरी लावीत घराच्या पायऱ्यांवर बसायचे आणि इकडच्या-तिकडच्या बारीकसारीक गोष्टी टिपीत मन रिझवायचे, अशी त्यांची नेहमीची सवय. त्यासाठी हातावर मशेरी घेऊन ते कोयंडा काढतात, आणि दार ढकलू लागतात.

पण आज दार चटकन् ढकलले जात नाही. ते अडून राहते.

'च्याऽयला —' म्हणत रंगनाथ मास्तर दार किलकिले करून बघतात.

तर पायऱ्यांवर कुणीतरी बसलेले.

एव्हाना दाराच्या आवाजाने, ते जे कोण बसलेले असते ते उठून बाजूला होते. परिणामी, रंगनाथ मास्तरांच्या दार उघडण्याच्या खटपटीला यश येते.

दार उघडून बाहेर येत ते म्हणतात —

'हात्तेच्या, तूच आहेस होय?'

तो असतो रंगनाथ मास्तरांच्या प्रायमरी शाळेतला सोनाराचा सूर्या.

सूर्या ओक्साबोक्सी रडत असतो. स्फुंदून स्फुंदून, आठवून आठवून. दार संपूर्ण उघडल्यावर तो पुन्हा पायऱ्यांवर बसून रडत राहतो.

मास्तर चक्रावतात. या सूर्याला झाले काय सकाळीच उठून रडायला?

'काय झालं रे? — बोल ना — रडतोस काय नुसता? ए— अरे — इकडे बघ —'

किती समजावले तरी त्याचे रडणे थांबतच नाही. आकाश कोसळल्यासारखा तो रडत राहतो. बरे; एका हातात मशेरी घेऊन त्याची समजूत घालणे मास्तरांनाही जरा कठीणच जाते.

मास्तर त्याला घरात घेऊन जातात. मशेरीला आज रोजच्या इतका वेळ न देता चटकन् मोरीत चुळा भरून टाकतात. एकदा मागील दारी जाऊन येतात. पण ते परत आले तरी सूर्याचे रडणे कमी होण्याचे नाव नाही. डोळे लाल लाल होऊन सुजू लागलेले, अंग मधूनमधून हुडहुडी भरल्यासारखे कापणारे. 'च्यायला, हा कठीण प्रकार दिसतो!' मास्तर स्वत:शी म्हणतात.

मग ते निकराचा प्रयत्न करून सूर्याकडून त्याच्या रडण्याचे कारण काढून घेतात. तुटक तुटक शब्दांत, हुंदके देत, सूर्या सांगतो, ते काही भयंकर असते...

'आबांनी काल रात्री आईला मारून टाकलं.' तो कसाबसा सांगतो. 'दोघांचं खूप भांडण झालं. आणि शेवटी आबांनी — सुऱ्यानं भोसकून आईला...'

रंगनाथ मास्तर सूर्याला घेऊन सरळ पोलीस ठाण्यावर येतात.

हो — इतका भयंकर प्रकार! म्हणजे तो पोलिसात ताबडतोब कळवायलाच हवा!

मघा सगळी हकिगत मास्तरांना सांगून टाकल्यावर सूर्याचे रडणे थोडे आटोक्यात आलेले. मास्तरांनी त्याला चहा पाजलेला; 'घाबरू नकोस — तू शहाणा ना? आता धीरानं वागायला हवं' वगैरे पुष्कळ समजूत घातलेली. पण एवढे लहानगे अजाण पोर — त्याच्या डोळ्यांदेखत त्याच्या बापाने आईला ठार मारलेले. अशा भयंकर परिस्थितीत त्याची समजूत घालण्यापेक्षाही अधिक महत्त्वाचे असते, ते पोलिसात वर्दी देणे!

पोलीस ठाण्याशी येताच सूर्याचे थांबलेले रडू पुन्हा उफाळून येते. तो थरथर कापू लागतो. अंगाला झटके देऊ लागतो.

'घाबरू नकोस.' मास्तर त्याच्या पाठीवरून हात फिरवीत सांगत राहतात, 'अजिबात घाबरू नकोस. अरे, पोलिसांना सांगितलं तर ते आपल्याला मदत करतील. उलट अशा गोष्टी लपवून ठेवणंच त्यांना आवडत नाही.'

पोलीस ठाण्यावर सबइन्स्पेक्टर ढोलेकरांचा सकाळचा तिसरा चहा चाललेला असतो.

सबइन्स्पेक्टर ढोलेकर बरीच वर्षे या भागात आहेत. त्यांना बदली नाही तशी बढतीही नाही. ते हा एक सामाजिक अन्याय समजतात. कारण त्यांच्या मते ते अत्यंत कुशाग्र बुद्धीचे पोलीस ऑफिसर आहेत. म्हटले तर त्यांचा दोष एवढाच की त्यांना फार धावाधाव करायला आवडत नाही; पण ती करण्याचे त्यांना कारणच काय? त्यांनी जर धावाधाव केली, तर हवालदार आहेत कशाला?

आत्ताही ते हवालदार मिरगळला म्हणतात, 'जरा त्यांना काय हवंय ते बघ' – आणि स्वत: चहाची बशी तोंडाला लावतात.

'हे आपले रंगनाथ मास्तर —' मिरगळ माहिती देतो.

ढोलेकर डोळे बारीक करून रंगनाथ मास्तरकडे पाहू लागतात. हो, कुणी सांगावे, कधीकधी गुन्हेगार स्वत:च येऊन गुन्हा रिपोर्ट करून जातो आणि

पोलीस त्याला सोडून इतरांनाच चाचपत राहतात. यासाठी कुणीही समोर आले की ढोलेकर त्याचे बारकाईने निरीक्षण करतात. आणि निरीक्षण बारकाईने करायचे, म्हणजे डोळे बारीक करायलाच हवेत, अशी आपली त्यांची एक समजूत!

रंगनाथ मास्तर हे नाव आपण ऐकलेले आहे!

— मास्तरकडे बारीक डोळे करून पाहताना त्यांच्याविषयी ऐकलेले काही काही ढोलेकरांना आठवू लागले. याला म्हणतात पोलीस इन्फर्मेशन! एकदम अप टू डेट! – जे आठवते त्यामुळे ढोलेकरांचे डोळे अधिकच बारीक होतात.

त्यांचे असे पाहणे दुसऱ्या एखाद्याला विचित्र वाटले असते; पण रंगनाथ मास्तर वरमत नाहीत. आवाजात आवश्यक ते गांभीर्य आणून ते म्हणतात —

'मी एक मर्डर रिपोर्ट करायला आलोय.'

'मर्डर' म्हटल्याबरोबर ढोलेकरांच्या भिवया कपाळात जातात. मर्डर म्हणजे साली घाणेरडी बाब! ते रक्ताने थबथबलेले मुडदे, त्या गुन्हेगाराने ठेवलेल्या किंवा न ठेवलेल्या निशाण्या — वहिम कोणावर येतो? संशय कुणाचा आहे? असे सतराशे साठ प्रश्न, उलटसुलट पुरावे — एका क्षणात नाना गोष्टी ढोलेकरांच्या डोळ्यांसमोर येऊन जातात...

हवालदार मिरगळच्या मनात येते — या मास्तराची तरी कमालच आहे! मर्डर रिपोर्ट करायला सोबत लहान मुलाला घेऊन आला!

'हा माझ्या शाळेतला विद्यार्थी सूर्या सोनार! बिचाऱ्यावर प्रसंगच असा आलाय की धावत माझ्याकडे आला!'

'कुणाचा मर्डर झालाय?' ढोलेकर विचारतात.

'याच्या आईचा.'

मास्तरांनी असे म्हणताच सूर्या पुन्हा जोरजोरात रडू लागतो.

त्याचे सांत्वन करता करता ढोलेकर आणि मास्तर या दोघांचाही थोडा वेळ दम निघतो. मिरगळ मात्र त्या तिघांकडे पाहात स्वस्थच बसून राहतो. तरी शेवटी घायकुतीला आलेले ढोलेकर त्याच्याच अंगावर खेकसतात. '— गप्प काय बसलात? आधी या पोराला गप्प करा!'

मघा सूर्याकडून मिळालेली तुटक तुटक माहिती जोडून रंगनाथ मास्तर ती ढोलेकरांपुढे ठेवतात.

'याचा बाप सोनार आहे. माणूस पाहिलात तर त्याच्या तोंडावरची माशी उडणार नाही, असं वाटेल. पण बायको मात्र कमालीची देखणी–!'

इथे ढोलेकर डोळे बारीक करून आपल्याकडे पाहत आहेत, हे लक्षात येऊन रंगनाथ मास्तर क्षणभर थबकतात. मग सावरून घेऊन पुढे बोलतात —

'म्हणजे — सांगायचा मुद्दा असा की, ती त्याला शोभणारी नव्हे. तेव्हा लहान-सहान कारणावरून कुरबूर व्हायची, पण काल म्हणे सगळं फारच विकोपाला गेलं. कडाक्याचं भांडण झालं. त्यात सोनाराचा तोल गेला, आणि त्यानं तिला सुरीनं भोसकलं. बिचारा पोरगा घाबरून गेला! — त्याला वाटलं, बाप आता आपलाही खिमा करणार! तो जो दडी मारून बसला तो अडगळीच्या खोलीतच. बरं — घरातून बाहेर पडायची भीती. कारण बाहेर काळोख! सकाळपर्यंत कसाबसा जीव मुठीत धरून बसला आणि सकाळ झाल्याबरोबर जो सटकला घरातून, तो थेट माझ्याकडे आला!'

सांगता सांगता संतापाने मास्तरांचा आवाज चढतो. केवढे हे भयंकर क्रौर्य! तरुण देखणी बायको — तिचा खून! आणि तोही, एकुलत्या एका पोराच्या पुढ्यात!

'पोर बिचारं इतकं घाबरून गेलंय की घरी परत जायला तयार नाही!' हकिगतीचा शेवट करीत ते म्हणतात — 'कदाचित सबंध जन्मात परत जाणार नाही ते बापाकडे!'

ढोलेकर त्यांना शांत करतात. नेहमीच्या पोलिसी शांतपणाने म्हणतात — 'ठीक ठीक. त्याला राहू दे सध्या इथंच आणि तुम्ही जावा घरी. आम्ही करतो सगळी चौकशी – मग गरज पडली तर बोलावून घेऊ तुम्हाला.'

ढोलेकरांच्या या रोखठोक बोलण्याने मास्तरांचा थोडा हिरमोड होतो. आत्तापर्यंत आपण इतक्या आपुलकीने या सगळ्या प्रकारात लक्ष घातलेले असताना, एकूण प्रकाराला रंग चढू लागतो न लागतो, तो सरळ आपल्याला त्यातून 'डिसमिस' करायचे म्हणजे काय?

पण सब-इन्स्पेक्टरसाहेबांच्या सूचनेपुढे शहाणपण नसते. जड अंतःकरणाने सूर्याचा निरोप घेऊन रंगनाथ मास्तर घरी जातात.

ते गेल्यानंतर ढोलेकर खिशातून सिगरेटचे पाकीट काढतात. त्यातून एक सिगरेट काढून पाकीट खिशात ठेवून देतात. मग सिगरेट बोटांनी गोल गोल चेपत शांतपणे तिच्यातील तंबाखू पक्की करतात. त्यांचे हे सोपस्कार पुरे होण्याची वाटच पाहात बसलेला मिरगळ तत्परतेने पुढे होऊन सिगरेट पेटवून देतो, आणि माचिस खिशात टाकतो. हे सगळे चालू असताना मनातल्या मनात काही गुंतागुंतीचे विचार करीत ढोलेकर बारीक नजरेने सूर्याकडे पाहात राहतात. तोही आता रडणे थांबवून इकडे-तिकडे पाहात पाय झुलवीत बसलेला असतो.

एकाएकी ढोलेकर मिरगळवर खेकसतात –

'बघत काय बसलात? त्या सोनाराच्या घरी जाऊन पयले बॉडी ताब्यात

घ्या.’

‘यस्सर.’

मिरगळची धावपळ सुरू होते. चार शिपायांना घेऊन तो जीप काढतो. ढोलेकर सिगरेटच्या धुराकडे पाहात विचार करीत राहतात. धावाधाव न करता असे स्वस्थपणे बुद्धी वापरून विचार करायला त्यांना फार आवडते. दुर्दैवाने या केसमध्ये बुद्धिमत्ता दाखवायला फारसा वावच नसतो. खून झालेला असतो, तो कोणी केला हे स्पष्ट असते आणि डोळ्यांनी पाहिलेला साक्षीदारही त्यांच्या समोरच बसलेला असतो. त्यांतून तो केवळ साक्षीदारच नसून मयताचा अत्यंत जवळचा नातेवाईक — ‘मयत’ शब्दाला ढोलेकर ठेचाळतात. म्हणजे झाले ते सगळे सोपस्कार सुरू! आता ‘बॉडी’ ताब्यात आली म्हणजे तर काय?– बघायलाच नको! आणखी एक कटकटीची केस! आणि ती आणावी कोणी? तर या समोर बसलेल्या रडव्या कार्ट्याने!

मिरगळ आत येतो. ‘जाऊन आलो साहेब.’

‘बॉडी ताब्यात घेतली?’

‘नाही, साहेब.’

‘नाही?’ ढोलेकर वैतागतात. ‘हा मिरगळ म्हणजे नुसता अजागळ आहे! कां नाही?’

‘बॉडी नाहीये, साहेब. सोनार म्हणतो — खून झालेलाच नाही!’

‘मग — तुमचं म्हणणं काय सोनार?’

– ढोलेकर सोनाराला विश्वासात घेतल्यासारखे विचारतात.

मिरगळच्या बोलण्यावरून त्यांना फारसा काहीच उलगडा झालेला नसतो. स्वत:च जाऊन काय ते पाहून यावे असा विचार करून, शेवटी एकदा ते जागचे हलतात आणि सोनाराच्या घरी येऊन ठेपतात.

दिवस चांगलाच वर आलेला. सोनाराने कामाला सुरुवात केलेली. एका बाजूला तापलेली भट्टी – आणि सोनार हातातल्या चिमट्यात एक नग धरून त्याला आकार देण्याच्या उद्योगात.

इन्स्पेक्टर ढोलेकर त्याच्यासमोर उभे राहिले तरी थोडा वेळ त्याचा उद्योग चालूच राहतो. मग चिमटा पुन्हा भट्टीशी नेण्यापूर्वी तो सावकाश वर पाहतो. ‘बस्सा –’ म्हणतो आणि पुन्हा काम करीत राहतो. ढोलेकर भट्टीतला नग पाण्यात धरल्यानंतर होणारा ‘चुर्रर’ आवाज ऐकत बसून राहतात.

जीवाची फारशी लगबग न करता सोनार हातातले काम सावकाशीने

बाजूला ठेवतो. शांतपणे ढोलेकरांना म्हणतो, 'हां, आता बोला —'

ढोलेकरांना पटकन काय बोलावे ते सुचत नाही. मग ते विचारून टाकतात —

'तुमची बायको कुठं आहे?'

सोनार आश्चर्याने जबडा वासून त्यांच्याकडे पाहू लागतो आणि ढोलेकरांच्या लक्षात येते, की आपला प्रश्न फारसा मार्मिक नव्हता. आगे नाही पीछे नाही, आणि एकदम आपले एखाद्याला त्याच्या बायकोविषयी विचारायचे, म्हणजे ते थोडे चमत्कारिकच!

'म्हणजे – तुमचं कुटुंब आहे का घरात?'

'नाही.' सोनार थंडपणे म्हणतो, 'असतं तर चहा टाकायला सांगितला असता की – पण ती कालच गेली.'

'कालच गेली?'

'हो, माहेरी गेली.'

'कधी?'

'रात्री.'

'रात्री एकटीच गेली?'

'त्यात काय झालं? जाते अशी पुष्कळ वेळा. पाऊण तासावर तिचं गाव. एस. टी.ची बसही पलीकडेच थांबते — दिव्याचा खांब हाय तिथं. इथं बसली की आपल्या घराच्या दारात उतरणार. तिला कशाची हवी सोबत नि फिबत?'

'अस्सं, माहेरी गेली आहे!' ढोलेकर पोलिसी रुबाबात म्हणतात. त्यांनी मुद्दाम जरी अविश्वासाचा स्वर लावला असला, तरी मनातून त्यांना, हा माणूस सांगतो, ते पटत चालले आहे. रंगनाथ मास्तरांनी वर्णन केल्याप्रमाणे सोनार एकूण फाटका आहेच. पण त्याच्या बोलण्यात छक्केपंजे आढळत नाहीत. मुख्य म्हणजे तो जराही गांगरलेला वाटत नाही. काही लपवून ठेवीत असावा, असेही वाटत नाही. एवढे असले तरी बायको घरात नाही, ही गोष्ट थोडीफार संशयास्पदच!

'कुठंशी आहे तिचं माहेर?'

'साखरगावची हद्द संपते, तिथं पोवळ्याचा मळा म्हणून कोणालाही विचारा.'

'गरज वाटली तर तिथंही चौकशी करू. तुमची काही हरकत नाही ना?'

'माझी हो कसली हरकत?' काम पुन्हा सुरू करीत सोनार हसून म्हणतो. 'गाडी काढणार असाल तर मीसुद्धा येतो; पण कशासाठी चाललीय ही सगळी चौकशी?'

'सोनार, तुमचा मुलगा सूर्या कुठाय माहितेय तुम्हाला?'

'असेल कुठंतरी उनाडक्या करीत. शाळेत जायची वेळ झालीय; पण घरी आलाय का बघा. चित्त नाही त्याचं शिकण्याकडे. बघीन बघीन आणि घरच्या धंद्याला लावीन झालं!'

'सोनार, सूर्या उनाडक्या करीत नाहीये. तो आमच्याकडे येऊन बसलाय. आम्ही त्याला ठेवून घेतलाय!'

'अरे कर्मा – अहो, केलं काय त्यानं? कुणाचे नारळ-बिरळ तर नाही पाडले?'

'त्यानं काहीच केलं नाही, सोनार. तो सांगतो की तुम्ही त्याच्या आईचा खून केलात!'

'काय सांगतो?' कानावर विश्वास न बसल्यासारखे सोनार विचारतो.

'तुम्ही बायकोचा खून केलात असं सूर्या — प्रत्यक्ष तुमचा मुलगा — सांगतो.

क्षणभर सोनार गप्प गप्प बसतो. तो क्षण ढोलेकरांना केवढा तरी लांब वाटतो.

मग सोनार खिसकन् हसतो. आणि म्हणतो — 'तसलंच सालं पोर ते. काय पण सांगेल डोक्यात येईल ते. बेमालूम थापा मारील. रडेल, ओरडेल — तुमच्यासारख्यानं काय लक्ष द्यायचं त्याच्याकडे? एक वाजवा कानाखाली, आणि धाडून द्या शाळेला.'

'म्हणजे? तुम्हाला काय म्हणायचंय? सूर्या खोटं बोलतो?'

'अहो, सांगितलं ना? अति शेमलेस कार्ट आहे ते! शाळा चुकवायला रोज वाट्टेल ते निमित्त शोधून काढतं. आज हे–!'

आणि सोनार पुन्हा भट्टीतला नग पाण्यात घालून 'चुर्रर्र' आवाज काढू लागतो...

पोलीस ठाण्यावर परतल्यानंतर ढोलेकर आपला ठेवणीतला आवाज लावून सूर्याला दम देतात. माराची धमकी देतात. प्रत्यक्ष मार द्यायची — म्हणजे मिरगळला मार द्यायला सांगण्याची त्यांना फार इच्छा असते. पण ते पोर आधीच इतके दुष्काळातल्या कुत्र्यासारखे झिडफिडीत, की त्याच्या अंगाला हात लावायची भीतीच वाटते. हो – फटकन् आचका देऊन मेलंबेलं तर काय घ्या?

पण नुसत्या दम देण्याचा फारसा उपयोग होत नाही. सूर्या गळा काढून रडतच राहतो. रडता रडता पुन्हा सकाळचीच हकिगत तपशीलवार सांगतो. बाप एक दिवस आपल्यालाही ठार मारणार आहे, असे म्हणतो. वर आणखी सांगतो, की ज्या सुरीने जीव घेतला, ती घरातच मिळेल. शिवाय आईचा प्राण

गेल्यावर तिच्या गळ्यातून आबांनी मंगळसूत्र खेचून काढले, ते वर टांगलेल्या शिंक्यात ठेवलेले आहे —

आता सूर्याने सगळे इतके तपशीलवार सांगितल्यानंतर, तो खोटे बोलतो की सोनार, हे ढोलेकरांना समजेनासे होते. आपण तरी इतके मूर्ख कसे? सोनाराच्या घराची झडती न घेता नुसता त्याच्या शब्दांवर विश्वास कसा ठेवला?

ढोलेकर पुन्हा मिरगळवर खेकसतात — 'जा — घराची झडती घेऊन या. नक्की तिथे अजूनही बॉडी सापडेल — हत्यार सापडेल — कमीतकमी शिंक्यात ठेवलेलं मंगळसूत्र तरी सापडेलच!'

मिरगळ पुन्हा जीप काढतो आणि चार शिपाई घेऊन घाईघाईने बाहेर पडतो.

इकडे मुलगा पोट धरून बसलेला. काय होतेय विचारल्यावर रडत रडत सांगतो. 'भूक लागलीय.' ढोलेकर समोरच्या चहावाल्या पोऱ्याला बोलावतात आणि 'एक पाव भाजी'ची ऑर्डर देतात. पोऱ्या जातो. क्षणभर विचार करून ढोलेकर त्याला पुन्हा बोलावतात, आणि ऑर्डर 'दोन पाव भाजी' ची करतात.

पाव भाजी येईपर्यंत ढोलेकर दमदाटीचा आवाज बदलून मुलाशी गोडीगुलाबीने बोलण्याचा प्रयत्न करतात.

'तुला काय आवडतं!' असे विचारताच तो सांगतो, 'चुरमुऱ्याचे लाडू.' ढोलेकर पुन्हा चहावाल्याला बोलावतात आणि एक चुरमुऱ्याचा लाडू आणायला सांगतात. पोऱ्या 'हा' म्हणून जातो. ढोलेकर ओठावरून जीभ फिरवतात आणि पुन्हा पोऱ्याला बोलावून 'दोन चुरमुऱ्याचे लाडू आण' असे सांगतात.

पोऱ्या खाण्याचे जिन्नस घेऊन येतो. ढोलेकर आणि सूर्या दोघेही मनसोक्त खातात. पण या गोडीगुलाबीच्या वागण्यातून ढोलेकरांनी इतकीच नवीन माहिती मिळवलेली असते, की सोनाराच्या मुलाला मुरमुऱ्याचे लाडू आवडतात!

एवढ्यात झडती घ्यायला पाठवलेले लोक येतात.

मिरगळ घाईघाईने जीपमधून उडी टाकतो. धावतच आत येतो. त्याचा चेहरा घामाने थबथबलेला असतो. त्याच्या अवतारावरून त्याला नक्कीच काहीतरी सापडले असावेसे वाटते.

ढोलेकर हातातला चुरमुऱ्याचा लाडू अर्धा टाकून उठतात. मिरगळला अर्ध्या वाटेवरच अडवतात.

'काय झालं? मिळाली बॉडी?'

'सबंध घर शोधलं; पण बॉडी मिळाली नाही, साहेब.'

'मग सुरी?'

'हो, सुरी मिळाली.'

ढोलेकर सुटकेचा नि:श्वास टाकतात.

'सुरी मिळाली, पण ती स्वच्छ धुतलेली; ताट-वाट्यांबरोबर, जागच्या जागीच ठेवलेली होती!'

'मरो–! आणि ते मंगळसूत्र? शिंक्यात ठेवलेलं?'

'सोनार म्हणाला, की बायको मंगळसूत्र घालूनच माहेरी गेली.'

'तो लाख म्हणाला — पण तुम्हाला शिंक्यात बघायला सांगितलं होतं ना?'

'होय साहेब — पण साहेब — सोनाराच्या घरात शिंकंच नाहीये.'

'काय? शिंकं नाहीये?'

'नाही साहेब — त्यावरून हा मुलगा नक्कीच खोटं बोलतोय.'

ढोलेकर मुलाकडे संतापाने पाहतात. तो त्यांचा अर्धा राहिलेला चुरमुऱ्याचा लाडू शांतपणे खातोय्.

मुलगा खोटे बोलत असला पाहिजे, हे सिद्ध करण्याचा आणखी एक चांगला मार्ग असतो.

साखरगावला सोनाराच्या सासुरवाडीला जाऊन त्याची बायको तिथे सुखरूप आहे का, ते पाहाणे.

हा विचार सुचताच, ढोलेकर स्वत:च्या बुद्धिमत्तेवर भयंकर खूष होऊन जातात.

'मिरगळ — ' ते ओरडतात. 'अस्साच्या अस्सा साखरगावला जा. सोनाराच्या बायकोच्या घरी. हा मुलगा धडधडीत खोटं बोलतोय, याचा अर्थ सोनार खरं बोलतोय. याचा अर्थ त्याची बायको माहेरी गेलीय. याचा अर्थ तिथंच काय तो सोक्षमोक्ष लागेल. जा – तिला बरोबरच घेऊन ये असेल तशी.'

'मंगळसूत्र बहुधा गळ्यातच असेल —'

'त्याचं महत्त्व नाही ती जिवंत भेटल्यानंतर. आता पळ आधी.'

मिरगळ पुन्हा पळत सुटतो. जीप काढतो, चार शिपाई घेतो आणि निघतो. ढोलेकर सुटकेचा नि:श्वास टाकतात. हो — आता घटकाभरात सगळा मामला खतम! पण ते नीट पायबिय सोडून खुर्चीत ऐसपैस बसणार, एवढ्यात मिरगळ पुन्हा हजर होतो. घाईघाईत सोनाराच्या सासुरवाडीचा पत्ताच न्यायला तो विसरलेला. ढोलेकरांच्या रागाला पारावार राहात नाही. दातओठ खातच ते पत्ता समजावून सांगतात आणि मिरगळ परत बाहेर पडतो.

आता मात्र ढोलेकर त्या पोराची फारशी दयामाया ठेवत नाहीत. 'भडव्या, खोटं कां बोललास?' असं विचारून ते त्याच्या एक कानशिलात भडकवतात. पोरगा कानावर हात धरून कळवळत खाली बसतो. त्याचा कानबीन तर फुटला

नसेल ना, अशा भीतीने ढोलेकर दुसरी मारायला काही धजावत नाहीत. ते नुसता तोंडाचा पट्टा चालू ठेवतात —

'पोलीस म्हणजे शाळा वाटली होय रे तुला? अरे, प्रत्यक्ष आईबापाबद्दल खोटं सांगतोस? तुरुंगात जायचंय तुला? सांग — सांग आधी खोटं बोललास की नाही ते? नाही तर परत आवाज काढीन कानाखाली. मघाची लक्षात आहे ना? त्याच्या दुपटीनं जोरात. बहिरा होऊन जाशील – समजलास?'

पोरगा विलक्षण भेदरलेला. 'नको, नको' म्हणून तो रडू लागतो.

'तुझ्या या रडण्याच्या नाटकानं फसणार नाही मी. आता खरं ते सांगतोस की नाही?' ढोलेकर इतक्या मोठ्याने ओरडतात, की भीतीने पोराची चड्डी जागच्या जागी ओली व्हावी!

'सांगतो – खरं ते सांगतो. पण मला —'

'आता काय हवं?' ढोलेकर गुरकावतात.

दारातच एकजण मक्याची कणसे घेऊन ती भाजत बसलेला असतो. त्याच्याकडे बोट दाखवून सूर्या म्हणतो, 'ते — ते हवं.'

हा पोरगा आहे की मस्करी? ढोलेकर डोळे बारीक करून त्याच्याकडे पाहात राहतात. आपल्यालासुद्धा असल्या प्रसंगात खायला मागायचे सुचले नसते. भलतेच बनेल दिसते हे कार्टे! बापाने सांगितले ते अगदी बरोबर! खोटे सांगत असेल तर त्यात नवल नाही! त्या मानाने बाप पुष्कळच साधा — सरळ!

'देता ना कणीस?'

'देतो. पण मग सगळं खरं खरं सांगून टाक. एक शब्द खोटा बोललास तर बघ —'

मुलगा मान डोलावतो. ढोलेकर समोर जाऊन दोन भाजलेली कणसे घेऊन येतात. मुलगा चवीने कणीस खाऊ लागतो.

'सांगतोस ना?'

'हो — खाऊन तर होऊ दे.'

अखेरीस एकदाचे त्याचे कणीस खाऊन होते. ढोलेकरांना चावायला थोडा वेळ लागतो. पण मुलगा तोंड पुसून सांगू लागतो.

'काल रात्री आबांचं आणि आईचं मोठं भांडण झालं. अलीकडे पुष्कळदा त्यांची अशी भांडणं होतात. आई चिडते. आबा घाणेरड्या घाणेरड्या शिव्या देतात. मी लक्ष द्यायचं नाही, असं ठरवतो; पण ते कसं जमणार? थोडं तरी कानावर पडतंच! बोलतात ते सगळंच मला समजत नाही — पण खूप वाईट वाटतं! रडू येतं!'

बिच्चारा! ढोलेकरांना गहिवरून येते. आईवडिलांचे पटेनासे झाले, की बिचाऱ्या पोरांचे असेच हाल! उगाच मारले त्याला आपण एवढ्या जोराने!

'कालदेखील असंच भांडण झालं. मला वाटतं, जेवणं झाल्यावर! आई म्हणाली — मी माहेरी जाते. आबा म्हणाले, 'आता रात्रीच्या वेळेस कुठं जातेस माहेरी नि बिहेरी? काही जायचं नाही.' त्यावरून भांडणाला सुरुवात झाली. खूप जोरदार शिवीगाळ झाली. शेवटी आई निघून गेलीच. 'पुन्हा जन्मात तुमचं तोंड पाहणार नाही' असं म्हणून गेली. तुमचं म्हणजे, आमचं दोघांचं. आबांचं आणि माझंसुद्धा! मी रडायला लागलो. रडतरडत जाऊन तिला धरून ठेवण्याचा प्रयत्न केला. पण ती मला ढकलून निघून गेली.'

ढोलेकरांना अतिशयच वाईट वाटते. ते अर्धे कणीस तोडून सूर्याला देतात. नाहीतरी त्यांना ते चावतच नसते. सूर्या ते आनंदाने घेऊन खाऊ लागतो.

'पण मग खोटं कां सांगितलंस?' मऊसूत आवाजात ते विचारतात.

'मला वाटलं, तसं सांगितलं की तुम्ही आबांना शिक्षा कराल. नाहीतरी आबांनी भांडण केलं, म्हणूनच आई कायमची माहेरी गेली. त्यांना चांगली शिक्षा व्हायला हवी!'

'असं बोलू नये — ते तुझे वडील आहेत!'

'मला नकोत वडील! — मला आई हवीऽ' सूर्या गळा काढू लागतो.

'उगी उगी — मी देणार आहे तुला तुझी आई परत. आणि तिला चांगलं बजावून ठेवणार आहे, की पुन्हा कधी आपल्या बाळाला सोडून गेलीस तर बघ! चांगली शिक्षा करीन तुला?'

'नाही नाही, आईला नाही शिक्षा करायची! आबांना करा हवं तर!'

ढोलेकर मोकळेपणाने हसतात. 'अरे, कोणालाच नाही करणार शिक्षा! पण तू आधी शांत हो पाहू. हे घे.' ते ड्रॉवरमधून एक छोटासा डबा काढतात. त्यात चिक्की. विशेष डोक्याचे काम असले, म्हणजे विचार करताना चघळायला त्यांना चिक्की लागते. एक तुकडा ते स्वत:च्या तोंडात टाकतात आणि दुसरा सूर्याला देतात.

'मला नको चिक्की!' तुकडा तोंडात टाकीत सूर्या म्हणतो, 'मला आई हवीऽऽ तुम्ही म्हणालात ना आई आणून देईन म्हणून? मग द्या ना आधी माझी आई!'

ढोलेकरांचे काळीज गलबलते. कशा या हृदयशून्य बायका! पोरे त्यांच्यासाठी कासावीस होतात, आणि या कशा अशा पोरांना टाकून जातात?

'अरे, आत्ता येईल आई, तिला आणायलाच पाठवलं नाही का मी

मघाशी? तो मिरगळ गेलाय — बरोबर घेऊनच येईल —'

ढोलेकरांचे शब्द तोंडातच अडकतात.

परत आलेला मिरगळ दारातूनच सांगतो, 'सोनाराची बायको माहेरी गेलेलीच नाही.'

'याचा अर्थ काय, सोनार?' ढोलेकर सोनाराच्या अंगावर कडाडतात.

'अर्थ काय सांगू, साहेब?' सोनार गरिबीने बोलतो – 'मी सांगेन तो अर्थ आपल्यालाही ठाऊक आहे.'

'म्हणजे काय?'

'म्हणजे आता तुम्हीच बघा – शहाण्या माणसानं बायकांच्या जातीचा भरंवसा कसा द्यावा?'

'काय म्हणायचंय तुला?' ढोलेकर गोंधळून विचारतात.

'साहेब असं बघा – माहेरी जाते म्हणून एखादी बाई निघते आणि ती माहेरी तर पोचत नाही — तेव्हा त्याचा अर्थ काय होतो?'

'आता तुम्हीच मला उलट अर्थ विचारताय?'

'होय, साहेब. याचा अर्थ असा होतो की ती मधल्यामधे दुसऱ्या कुणाकडे तरी गेली.'

'असं कसं? तिला मध्येच कुणी पळवलं, किंवा तिचं काही बरंवाईट झालं असलं तर? ती आपणहून दुसरीकडे गेली, असं कशावरून म्हणता तुम्ही?'

सोनार एकदम फार फार दीनवाणा दिसू लागतो. सकाळचा त्याचा शांतपणा, ते हसणे, ते सारे काही उडवून लावणे, सारे सारे कुठच्या कुठे गेलेले असते. आवाजात कंप येतो.

'तुम्हाला माहीत नाही साहेब, बायकोला दुसरा नाद लागणं यासारखं नवऱ्याचं दुसरं दुर्दैव नाही.' सोनार म्हणतो, 'अवघड जागी दुखणं – सहन होत नाही आणि लोकांत दाखवता येत नाही. बायको जाराला भेटायला गेली असं कुठला नवरा आपल्या तोंडानं सांगेल? ती माहेरी गेली, असंच तो म्हणणार!'

'म्हणजे? म्हणजे तुम्हाला ठाऊक आहे, ती कुठं गेली ते?'

सोनार काही बोलत नाही. तो उठतो आणि भिंतीला लटकवलेल्या सदऱ्याच्या खिशातली एक चिठ्ठी काढून इन्स्पेक्टरना दाखवतो.

चिठ्ठीवर आदल्या दिवशीची तारीख असते.

'आज रात्री बरोबर दहा वाजता. नेहमीच्या ठिकाणी. गोड्या वहाळाजवळच्या

झाडीत. येशील ना? वाट बघत आहे. येच — तुझाच रंगनाथ.'

'ही चिठ्ठी तुम्ही लिहिलीत?' ढोलेकरांचा तो जरबेचा आवाज ऐकून रंगनाथ मास्तरांचा थरकाप होतो.

'हो — मी — मीच —'

'मग सोनाराची बायको कुठं आहे?'

'म – मला माहीत नाही.' भीतीने त्याची बोबडी वळते. नेहमी वाघासारखा वावरणाऱ्या मास्तराची आता पार शेळी झालेली असते.

'नाही कसं? तुम्हाला भेटायला ती घरून निघाली भांडण करून.'

'पण — पण ती आलीच नाही. मी वाट पाहत होतो तिची. वहाळाजवळ. चांगली तासभर — तासभर वाट पाहिली. पण ती —'

'मिरगळ, बघत काय बसलात?' ढोलेकर खेकसतात. 'झडती घ्या या घराची. नक्की — नक्की इथंच सापडेल मुद्देमाल. शोधा —'

'हो, साहेब.' घाम टिपीत मिरगळ बरोबरच्या शिपायांना हुकूम सोडतो, 'बघत काय बसलात? झडती घ्या.'

'सबंध घर उलथंपालथं करा!' ढोलेकर मिरगळांना.

'सबंध घर उलथंपालथं करा!' मिरगळ शिपायांना.

'अहो पण — मी खरंच सांगतो. काल रात्री ती इथं आलीच नाही. मला —मला भेटलीच नाही ती.' रंगनाथ मास्तर काकुळतीला येतात.

'कानाकोपरा शोधून पाहा.' ढोलेकर मिरगळला.

'कानाकोपरा शोधून पाहा.' मिरगळ शिपायांना.

पण फारसे शोधण्याच्या आतच एक घसघशीत पुरावा खुद्द मिरगळच्या हाती येतो. मास्तरांच्या अंथरुणाखाली —

मंगळसूत्र!

'हे — हे कसं आलं इथं?'

'मला — मला माहीत नाही —'

'कुणाचं आहे हे?'

'मला — माहीत –'

ढोलेकर खाड्कन मास्तरांच्या थोबाडीत ठेवून देतात. मास्तरांच्या डोळ्यांसमोर काजवे चमकतात.

'मास्तर तुम्ही! — आणि हे असले धंदे? लग्न झालेलं नाही ना? मग अंथरुणात मंगळसूत्र कसं आलं?'

'मला — शपथ –'

पुन्हा दुसरी थोबाडीत. बहुधा एखादा दात पडला असावा. रंगनाथ मास्तरांच्या तोंडातून रक्ताचा एक ओघळ खाली गळू लागतो.

आता ते काहीच बोलत नाहीत.

घराची कसून तपासणी चालली आहे. मास्तर ती उघड्या डोळ्यांनी पाहात आहेत. पण त्या डोळ्यांत नजर नसावी, असे वाटते.

घरात आणखी काही सापडत नाही.

मग मंडळी घरापाठीमागच्या विहिरीशी जातात.

— संध्याकाळ पडण्याच्या आतच विहिरीतून बाहेर काढला जातो—

सोनाराच्या बायकोचा मृतदेह! पदराने गळा आवळलेला! गळ्यात धोंडा बांधलेला!

'मला सुरुवातीलाच संशय आला.' ढोलेकर मिरगळला रूबाबात सांगतात — 'स्वत:च मर्डर रिपोर्ट करायला आला होता बेरड! या ढोलेकराशी गाठ आहे — ठाऊक नव्हतं भडव्याला! असले कैक गुन्हेगार पाहिले आहेत — स्वत: गुन्हा करून स्वत:च रिपोर्ट करायला येणारे!'

'होय, साहेब!'

'मिरगळ — आज प्रेताची मेडिकल आणि बाकी सगळे सोपस्कार पुरे करून टाका! पहाटे प्रेत सोनाराच्या ताब्यात द्यायला हवं!'

'देतो, साहेब!'

'मिरगळ — ते पॅड घ्या इकडे! वर कळवलीच पाहिजे ही केस. बघतो रांडीचे कसे देत नाहीत या वेळी प्रमोशन!'

'होय, साहेब! तुम्हाला इथून मोठ्या ठाण्यावर पाठवायलाच हवं.' घाम पुशीत मिरगळ म्हणतो.

रात्रीचे दहा वाजत आलेले.

'आबा, काल याच वेळी तुम्ही आईचा गळा दाबलात नाही?' सूर्या बापाला विचारतो.

'श्श — हळू बोल.' सोनार मुलाला दामटतो.

काल याच वेळी... तिच्याच पदराने तिचा गळा आवळला... प्रेत सायकलवर बसवून मागच्या वाटेने विहिरीशी नेले... त्या वेळी रंगनाथ मास्तर वहाळाजवळ तिची वाट पाहात होता... तब्बल तासभर...

'आबा, मास्तर आईला चिठ्ठ्या पाठवून कशाला हो बोलवायचे?'

'ते नंतर कळेल बेटा तुला. मोठा झाल्यावर. एवढंच लक्षात ठेव, की लग्न झालेल्या बाईला, एका पोराच्या आईला अशा चिठ्ठ्या लिहिणं, फार

वाईट असतं.'

'आबा, मास्तर फाशी जातील का हो? पोलीसलोक म्हणत होते.'

'जाईल बहुतेक — तू सकाळी मंगळसूत्र नेऊन टाकलंस ना त्या अंथरुणाखालीच? त्याचाच फास बसणार बहुतेक त्याला!'

'आबा — मास्तर फाशी गेले की शाळा बंद राहील ना?'

'हो बेटा — शाळा बंद राहील!' मुलाला जवळ घेत सोनार म्हणतो, 'काय बाकी फस्क्लास नाटक केलंयस आज!'

'मग? तुम्ही कबूल केलं होतंत ना, की बुंदीचे लाडू देईन — आणलेत?'

'हो तर — !'

संध्याकाळी लपतछपत जाऊन हॉटेलातून आणलेले बुंदीचे लाडू सोनार मुलाच्या समोर ठेवतो. एक आपल्याही तोंडात घालतो.

एवढ्यात दार वाजतं.

सूर्या दार उघडतो.

बाहेर ढोलेकर आणि मिरगळ उभे. सोनाराच्या सांत्वनासाठी आलेले. बिचाऱ्यावर केवढा हा घाला! — बायको मेलेली सापडणे, आणि तीही दुसऱ्याच्या विहिरीत? प्रेत पाहून बापडा डोके आपटून घेत होता!

आता काय अवस्था असेल त्याची?

'काय करताहेत, बाबा?' ढोलेकर आस्थेने विचारतात.

'बुंदीचे लाडू खात बसलेत.' सूर्या प्रामाणिकपणे सांगतो.

'बुंदीचे लाडू?' मिरगळ चमकून विचारतो, 'तिकडे बायकोचं प्रेत पडलंय आणि इकडे हे बुंदीचे लाडू खाताहेत?'

'त्याच्याकडे काय लक्ष देतोस?' ढोलेकर मिरगळला चापतात, 'एक तरी गोष्ट खरी सांगतो का तो? वाट्टेल ते रचून सांगायची सवयच लागलीये त्याला!'

■

हार

रागिणीच्या मरणानंतर चारही भाऊ या वेळी प्रथमच एकत्र भेटत होते.

खरे तर ती वारली तेव्हाच चौघांनी हजर राहायचे; पण काही ना काही कारणांनी ते जमले नाही. तात्या आणि माधव होते चांदवलीला. बाळची फिरतीची नोकरी; त्यामुळे तो असाच कुठेतरी लांबच्या गावी होता. एकटा जनार्दनच काय तो त्या वेळेस मुंबईत होता. तोच तेवढा तिच्या अंत्ययात्रेला जाऊ शकला. मोठ्या वयाच्या माणसाला शोभणार नाही, अशा आवेगाने तो आपल्या बहिणीसाठी ढसढसून रडलादेखील.

तसा सगळ्याच भावांचा रागिणीवर लोभ होता. नाही असे नाही. एक तर ती धाकटी. म्हणजे सर्वांत धाकटी नव्हे. सर्वांत धाकटा बाळ, रागिणी त्याच्याहून मोठी. आई-आप्पा होते तेव्हा ते तिला तीन मुलग्यांवरची 'तिखळी' मुलगी म्हणत. पण म्हणूनच की काय, त्यांचा तिच्यावर अतोनात जीव! बाळ सगळ्यांत धाकटा. पण तेवढी माया त्याच्यादेखील वाट्याला आली नाही.

मात्र रागिणीची अपूर्वाई वाटण्याचे कारण तेवढेच नव्हते. काही माणसे मूळचीच नशीबवान असतात. नशिबाच्या जोरावर ती पाहतापाहता अशी सरसर उंच जाऊन बसतात, की इतरांनी नुसते पाहात राहावे. दुसऱ्या कुणाची त्यांच्याशी तुलनादेखील करता न आल्यामुळे 'त्यांचं काय बुवा...' असे म्हणावे. रागिणी या अशा नशीबवान माणसांपैकी होती. वयाच्या सतराव्या-अठराव्या वर्षापर्यंत ती नाचून-बागडून, फारसे श्रम न करता, कधी आजारीबिजारी न पडता मॅट्रिकपर्यंत शिकली. लगेचच्या मे महिन्यात कुणाच्या तरी लग्नकार्याला गेलेली असताना ती मुंबईच्या मुजुमदारांच्या नजरेला पडली. त्यांनी तिला आपल्या मुलासाठी मागणी घातली. मुजुमदारांची दोन मोठी औषधांची दुकाने होती आणि इतर

लहानसहान उद्योग होतेच. त्या काळात त्यांची लाख - दोन लाखांची इस्टेट होती. रागिणी लग्नाची झाली आहे हे कुणाला समजायच्या आत तिच्या लग्नाचा बार उडाला. तिच्या सोन्यासारखा नशिबाने पुढेही तिची साथ सोडली नाही. लग्नात नवरा बी. एस्सी होता. तो एमेस्सी होऊन, डॉक्टर होऊन परदेशी जाऊन आला. कुठल्याशा मोठ्या कंपनीत त्याला सगळ्यांच्या डोक्यावरची, लठ्ठ पगाराची जागा मिळाली. सुनेचा पायगुण म्हणून सासरा तिच्या कौतुकात अधिकच बुडून गेला.

त्यामुळे रागिणीच्या माहेरी तिची अपूर्वाई वाढली, तर त्यात नवल नव्हते. पंडितांचे घराणे तसे जुने; पण आता फक्त पोकळ वासे शिल्लक राहिले होते. थोडाफार जमीनजुमला होता, तेवढ्यावर बापजाद्यांनी बसून खाल्ले. त्यामुळे नंतरच्या काळात तोही कमी झाला. मुले वाढली ती गरिबीतच; पण हाती प्रत्यक्ष पैसा नसला, तरी पंडितांच्या घराला चांदवलीत मान होता. त्यामुळे सणवार थाटाने करावे लागत, जेवणाची पाने उठवावी लागत, सारे काही इतमामाने करावे लागे. पोकळ वाशांच्या घरावर अधिकच बोजा पडे. त्यातून मुले मोठी होताहेत, न होताहेत, तो मुलांचे वडील गेले. रडूनरडून आईने डोळे खराब करून घेतले. ते इतके की हळूहळू ते पारच अधू झाले.

हा वेळपर्यंत घरच्या जमीनजुमल्याकडे तात्या पाहू लागला होता. तात्याच्या नंतरचा माधव. त्याची अभ्यासात गती नव्हती. तो चांदवलीत राहून तात्यालाच मदत करू लागला; पण येणाऱ्या उत्पन्नावर दोघांचे भागणे कठीण आहे, हे लक्षात येताच त्याने गावात किराणामालाचे दुकान काढले. सारस्वताने – आणि त्याहून पंडितांच्या मुलाने किराणामालाचे दुकान काढावे, हे गावाला पटण्यासारखे नव्हते. पण हळूहळू सर्वांनीच ते पटवून घेतले.

धाकटा बाळ जरा हुषार निघाला. धडपड करून तो शिकला आणि बऱ्यापैकी नोकरीला लागला. राहता राहिला जनार्दन. त्याचे मात्र कुठेच बस्तान बसले नाही. तो चार महिने गावी राही, चार महिने मुंबईत, तर चार महिने आणखी कुठे. दर वेळेस त्याचा आधीचा उद्योग अंगाशी आलेला असे; आणि त्याने शंभर टक्के गॅरंटीवाली नवीन कल्पना काढलेली असे. मात्र या नवीन कल्पनेसाठी हवे असलेले भांडवल देणारे माणूस त्याला अद्याप भेटलेले नसे. धंदा न करता नोकरी करावी, तर त्याला फालतू नोकरी नको असे, आणि बऱ्यापैकी नोकरी कुणी दिली, तर त्याचे तिकडे पटत नसे. त्यामुळे अजून तो धड मार्गालाच लागलेला नव्हता. त्याचे खिसे नेहेमी रिकामे असायचे. आणि याच्याकडून दहा रुपये घे, त्याच्याकडून वीस रुपये घे, असे त्याचे एकसारखे चालू असायचे.

घरातील परिस्थिति अशी असल्यामुळे रागिणीच्या लक्षाधीश सासऱ्याचे

आणि महत्त्वाकांक्षी नवऱ्याचे सर्वांनाच विशेष कौतुक वाटणे साहजिक होते. त्यातून रागिणी वर्षातून एखाद्‌वेळी आली तर यायची. सासरच्या व्यापातून डोके बाहेर काढून चांदवलीला येणे तिला भलतेच कठीण होते. आणि तिच्या भावांचे स्वत:चेच बूड स्थिर नव्हते, तिथे ते तिला कुठे जाऊन भेटणार? तात्याचे आणि माधवचे तसे ठीक होते; पण चांदवलीहून उठून मुंबईला जाणे म्हणजे काही बुधवारच्या बाजाराला जाण्यासारखे नव्हते, की आपले पायी चालतच गेले आणि येताना ऊन असले तरच बसने आले. मुंबईला जायचे म्हणजे प्रवासाचा खर्च, भाचरंडांसाठी खरेदी, बहिणीसाठी भेट — एकूण खर्च त्या वेळीसुद्धा पन्नास-साठच्या घरात जाणारा. कुठून आणायचे एवढे पैसे? तेव्हा जाणेयेणे फारसे नव्हतेच. आई होती तोवर ती अधुनमधून म्हणायची, 'अरे, त्या रागिणीला एक कार्ड टाका रे. खुशाली विचारा तिची.' माधव म्हणायचा, 'ती मजेत आहे ग! तिची नको तू काळजी करू. ती तिकडे गाड्या उडवत्येय. पंचाईत आहे ती आमचीच!'

मग रागिणीच वर्षा-दोन वर्षांतून एखाद्‌वेळी गणपतीला माहेरी यायची. सगळ्या भावांसाठी न विसरता कापड-चोपड आणायची. आईसाठी लुगडे आणायची. भावांच्या मुलांसाठी काही ना काही खेळणी, वस्तू आणायची. रागिणी आली की मग सगळे खूष होऊन जात. वरवर मात्र म्हणत; 'अग, कशाला आणतेस एवढं? तू आलीस की त्यातच आम्हाला समाधान आहे हो.'

ही झाली वीस-पंचवीस वर्षांपूर्वीची गोष्ट; पण पुढेही त्यात फारसा फरक पडला नाही. त्यामुळे रागिणी गेली तेव्हाही तिच्याजवळ भावांपैकी जनार्दनशिवाय दुसरे कुणीच नव्हते. रागिणी पन्नाशीतच गेली. तिच्या भाग्यवान आयुष्याला किंचित न साजणारी अशी ही एकच गोष्ट झाली. अगदी तरुणपणात जरी ती गेली नाही, तरी जख्ख म्हातारी होईपर्यंत जगलीही नाही. पहिले नातवंड पाहते न पाहते तोच, बायकांच्या ओसरत्या वयातल्या आजाराचे निमित्त होऊन तिने राम म्हटला. घराचे उत्तरोत्तर वाढणारे वैभव तिला जरी अर्धवटच पाहता आले, तरी तिने पाहिले–भोगले तेही काही कमी नव्हते. तिच्या मरण्याचे त्यामुळे तिच्या भावांना फार मोठे दु:ख झाले नाही. एकटा जनार्दनच काय तो हळहळला.

त्यानंतरच्या गणपतीला सगळे भेटले, ते रागिणी गेल्यानंतर प्रथमच. सगळे आता मधल्या वयातले होते. सगळ्यांचेच गोतावळे वाढलेले होते. मुलेदेखील एकेकाची चांगली मोठी झाली होती. तात्या आणि माधव तर आजोबा झाले होते. जनार्दनची गोष्ट मात्र वेगळी होती. त्याने लग्न खूपच उशिरा केले होते; आणि त्याला एक मुलगा होता, तो नुकता शाळा संपवून कॉलेजात गेला होता. गेल्या वीस वर्षांत जनार्दनच्या सांपत्तिक स्थितीत मात्र फारच

मोठा फरक पडला होता. वीस वर्षांपूर्वी तो जो कुठेच स्थिर होत नव्हता, तो आता नुसता अन्नाला लागला नव्हता, तर एक बडी आसामी होऊन बसला होता. वीस वर्षांपूर्वी नुकत्याच येऊ लागलेल्या नायलॉनच्या धाग्यांमधे त्याने पैसा गुंतवला होता आणि नायलॉनचे महत्त्व जसजसे वाढत गेले, तसतशी त्याच्या गुंतवणुकीची दामदुप्पट होत गेली होती. आता त्याचे मुंबईत दोन बंगले होते. एक गाडी नि एक जीप होती. त्याची मूळची फाटकी तब्येत आता चांगली आडवी झाली होती. रागिणीच्या श्रीमंतीविषयी जसा एक आदरमिश्रित हेवा पूर्वी सर्वांना वाटत असे, तसा तो आता जनार्दनविषयी वाटू लागला होता; आणि रागिणीचे कौतुक त्यापुढे थोडेसे पुसल्यासारखे झाले होते. रागिणी गेल्यानंतरच्या गणपतीला तो जेव्हा चांदवलीला आला, तेव्हा त्याच्यासारखी मातबर आसामी वेळात वेळ काढून हजर राहिल्याबद्दल सगळ्यांना धन्य वाटले.

पंडितांच्या घरातला गणपती म्हणजे मोठे प्रस्थ होते. घरात सुबत्ता फारशी नव्हती, तरीही पाच दिवस त्याचे सारे काही साग्रसंगीत व्हावे लागे. रात्रीच्या आरतीला शंभरेक माणूस जमे. गणपतीवर सगळ्या कुटुंबाची नुसती श्रद्धाच नव्हती, तर सगळ्यांना त्याचा एक प्रकारचा दरारा होता. याचे कारण वेगळे होते. पंडितांच्या देवघरात त्यांच्या घराण्याचा रावळेश्वर होता. या रावळेश्वराचीच मुळात सगळ्यांना भलती जरब होती. दररोज संध्याकाळी रावळेश्वराजवळ दिवा लावावाच लागे. दिवा लावण्यासाठी घरात कुणाला तरी राहावेच लागे. घर अजिबात बंद करून चालत नसे. त्या काळात आजुबाजूला होते तेवढे सोवळेओवळे पंडितांच्याही घरात होतेच; पण देवघरात हे जास्त होते. चुकून म्हणे एकदा पाळीच्या बाईने तेथे पाय ठेवला, तर सबंध घर एका दिवसात लाल मुंग्यांनी भरून गेले. एके दिवशी देवघरात दिवा लावायचा राहिला, तेव्हा म्हणे देवघरातून नाग निघाला! नंतर गावातल्या देवळात जेव्हा देवाला गाऱ्हाणे घातले, आणि नाक घासून 'चुकलो' म्हटले, तेव्हा कुठे घराचा धोका टळला!

मूळच्या देवाचे इतके प्रस्थ असल्यामुळे गणेश चतुर्थीला गणपतीची प्राणप्रतिष्ठा झाली, की पंडितांच्या देवघराला असामान्य महत्त्व येई. पाच दिवस आपल्या वागण्यात कुठे चूक होऊ नये, यासाठी प्रत्येकजण डोळ्यांत तेल घालून जपू लागे. पोराटोरांना देवघरात एकटे जाण्याची बंदी केली जाई. बाहेरून येणारे माणूस आंघोळ केल्याशिवाय देवघरात जाईनासे होई.

यंदा गणपतीला जमलेल्या सगळ्यांनी रागिणीची फार आठवण काढली. तिला गेल्याला पुरते सहा महिनेदेखील झाले नव्हते. त्यामुळे कुठलाही विषय पुन्हापुन्हा तिच्यावर येत होता. त्या दिवशी असेच झाले. रात्रीची वेळ होती. मुलेबाळे दिवसभर दंगामस्ती करून झोपी गेली होती. बायकामंडळी स्वयंपाकघरात

आणि मागच्या दारी आवरासावर करण्यात मग्न होती. पाडीवर तरुण पोरांचा पत्त्यांचा डाव पडला होता. गणपतीपुढे दोन मोठ्या समया जळत होत्या. रावळेश्वरापुढे वहिवाटीचा दिवा मिणमिणत होता. अशा वेळी चौघे भाऊ अंगणात येऊन बसले. एक जाजम अंथरले आणि पानांचा डबा मधे ठेवला. बाळ पान खात नसे. त्याने सिगारेट शिलगावली. तात्याचे पाठीचे दुखणे मधुनमधून उपटायचे, तसेच ते आत्ताही उपटले होते. एक पातळशी उशी पाठीशी घेऊन तो मोठ्या पाठीच्या खुर्चीत बसला.

गप्पामधून अर्थातच गोष्टी निघाल्या रागिणीच्या. रागिणी गेली, त्यामुळे तिच्या घराचे, मुलांचे किती नुकसान झाले याच्या, रागिणीच्या स्वभावाच्या, रागिणीच्या वागण्याच्या.

त्यातूनच विषय निघाला तो बरोब्बर वीस वर्षांपूर्वीच्या गणेश चतुर्थीचा.

शेवटच्या श्रावणी सोमवारीच रागिणी माहेरी आली. सोबतीला तिचा नवरा होता. नवऱ्याला रागिणीचे इतके कौतुक, की पंधरा दिवस तिला माहेरी पाठवायचे म्हणजेदेखील त्याच्या जिवावर येई. रागिणीने स्वत:च हे सांगितले, तेव्हा तात्याच्या बायकोने माधवच्या बायकोकडे पाहिले आणि दोघी तोंडावर पदर धरून खुसुखुसू हसल्या. माधवची बायको म्हणाली, 'रागिणीताई, जावईबापूंना म्हणावं, आल्यासारखे राहा चार दिवस.'

मग सगळ्यांनीच जावईबापूंना आग्रह केला. जावयांनी चार नाही – पण दोन दिवस राहाण्याचे कबूल केले, तेव्हा सगळ्यांना कृतार्थ झाल्यासारखे वाटले.

त्यानंतर रागिणी आणि तिचा नवरा यांचे कौतुक करण्याची चढाओढच सुरू झाली. सकाळी उठल्याबरोबर पहिल्या वाफेचा चहा तात्याची बायको माडीवर पोहोचवायची; तर नऊ वाजता लोणकढ्या तुपाचा शिरा करून माधवची बायको दोघांना हाक मारायची. साऱ्या गावातल्या विक्षिप्तपणाच्या गोष्टी सांगून बाळ रागिणीला हसवायचा आणि संध्याकाळी तात्या पोक्तपणे तिला तिच्या संसारातल्या घडामोडी विचारायचा.

याला अपवाद होता तो एकट्या जनार्दनचा. ही सगळी माणसे रागिणीच्या मागे नाचताहेत ती तिच्या पैशासाठी, या विचाराने त्याचा मस्तकशूळ उठायचा. सध्या त्याची अतिशय ओढगस्तीची स्थिती होती; आणि खिशात म्हटले तर सगळे मिळून दहा रुपयेसुद्धा नव्हते. एक नवीन योजना त्याच्या डोक्यात धुमसत होती.

गेल्या महिन्यात तो मुंबईला गेला असताना त्याच्या एका मित्राने नायलॉनचे

पिल्लू त्याच्या डोक्यात सोडले होते. मनात येई; नायलॉनसारख्या वाढत्या धंद्यात एकदा जम बसवला, की नोकऱ्या करून चारचार आणे वाचवीत संसार करणाऱ्या या क्षुद्र किड्यांना आपली लायकी चांगली समजेल! मग हे सगळे लोक आता रागिणीच्या भजनी लागले आहेत, तसे आपल्याही मागे लागतील! पण सध्या तरी नुसते दातओठ चावत बसण्याखेरीज दुसरा काही इलाज नव्हता. कारण भांडवलाचा प्रश्न अजूनही सुटलेला नव्हता. तो सुटेपर्यंत सगळ्यांची हेटाळणी अशीच ऐकून घ्यावी लागणार होती.

तात्याचा वडीलकीचा उपदेश ऐकून घ्यावा लागणार होता. मंत्र-तंत्र, साधू, बुवा यांचे वेड असलेल्या माधवने उपाय म्हणून दिलेले खुळचट गंडेदोरे बांधावे लागणार होते. त्याच्या बायकोने म्हटलेल्या, 'भावजी, चला जेवायला' या शब्दांमधे काही खोच असेल का या विचाराने जीव हैराण होणार होता; आणि पानावर बसल्यानंतर, आपण मेहेरबानीचे खात आहोत, या टोचणीने घास घशाखाली उतरणार नव्हता.

आणि ही आपली श्रीमंत बहीण – कर्तृत्व काय हिचे, तर एकदा नटूनथटून लग्नाला जाऊन त्या मुजुमदाराच्या नजरेला पडली, एवढेच. नटली तीसुद्धा घरात पिढीजाद चालत आलेला पंचवीस तोळ्यांचा हार आणि आईच्या बांगड्या हे दागिने अंगावर चढवून. म्हणजे स्वत:चे काही नाही. आणि आता हिच्या श्रीमंतीला दिपून या भावांच्या कजाग बायका रेशमासारख्या नरम झाल्या आहेत! शिरे करताहेत आणि विडे लावताहेत! जगात साला पैशाशिवाय दुसरं काही नाही! आपल्याला कुठं दोन-पाच हजार भांडवल मिळालं तर दाखवू एकेकाला!... असा जनार्दनच्या जिवाचा संताप संताप होत होता. भावांवर, त्यांच्या बायकांवर आणि रागिणीवर- देखील तो वैतागला होता.

रागिणीने आपल्या परीने गोड बोलून त्याची चौकशी केली; नाही असे नाही, पण त्याने तिला झटकून तोडूनच टाकले. हो, हवाय कशाला नसता मानभावीपणा आणि गोड बोलण्याचे नाटक? हिचा नवरा आपल्या पश्चात आपली काय किंमत करीत असेल, ते उघडच आहे. कालच आपण चोरून ऐकले. तात्या मिशीतल्या मिशीत बोलत जावईबापूंना म्हणत होता, 'आता काळजी काय ती जनार्दनची! जावईबापू, बघा तुमच्याकडे त्याच्याजोगती नोकरी.' जावईबापू 'हो'स 'हो' करीत होते. पण जनार्दनच्या जोगती नोकरी म्हणजे काय? शिपायाची नाही तर कारकुनाची! अरे, हा जनार्दन बहिणीकडे असल्या हलक्या नोकऱ्यांवर राबायला नाही जन्मलेला! भांडवल मिळू द्या, मग दाखवतो या तात्याला! मोठा स्वत:कडे वडीलकी घेतो. अवघा पाचच वर्षांनी तर मोठा माझ्यापेक्षा; आणि याची लायकी काय, तर घरात पहिला जन्मला, हीच! नाही तर बाहेर याला कोण कुत्रं

विचारणार होतं? पण पहिला जन्मला म्हणून याला वडिलांचा जमीनजुमला! पहिला जन्मला म्हणून याच्या बायकोला आईचा पंचवीस तोळ्यांचा हार!

—आणि हरितालिकेच्या संध्याकाळी एकाएकी तात्याच्या बायकोचा आक्रोश ऐकू आला. सगळीकडून माणसे जमली. तात्याच्या बायकोच्या पुढ्यात उघडी ट्रंक पडली होती. तिच्यातला दागिन्यांचा डबा उघडून तिने मांडीवर घेतला होता आणि ती मोठमोठ्याने कपाळ बडवून रडत होती.

माधवच्या बायकोने तिला पुन्हापुन्हा 'काय झालं' विचारले. जमलेली सगळी मंडळी एकमेकांत तर्ककुतर्क करू लागली. प्रथम तात्याच्या बायकोला शब्दच फुटेना. पण मग तिने हंबरडा फोडला : 'माझो पंचवीस तोळ्यांचे हार खंय् सांडवले गो!'

तिचे सांत्वन कसे करावे तेच मंडळींना कळेना. मुख्य म्हणजे तात्याच्या बायकोबरोबर माधवची बायकोदेखील हुंदके देऊनदेऊन रडू लागली. रागिणीने दोघींची कशीबशी समजून काढायला सुरुवात केली. पण तिला त्या आटोपेनात. तात्या बाहेर गेला होता. माधवने आवाज चढवून त्यांना गप्प बसायला सांगितल्याबरोबर त्यांचे हुंदके थांबले; पण त्या मुसमुसत राहिल्या. हार गेलाच, असे पक्के धरून चालून, तात्याची बायको गेलेल्या माणसाचे करावे तसे त्या हाराचे गुणवर्णन करू लागली.

रागिणी म्हणाली, 'असं बोलत राहून काय होणार, वहिनी? कुठं गेला असण्याची शक्यता आहे ते सांगा, तिथं शोधूया. मला वाटतं, घरातल्या घरातच असेल.'

'नाय गो घरातल्या घरात.' तात्याची बायको डोळे गरगरा फिरवीत म्हणाली, 'घराबाहेर गेलो असतलो तो! एव्हाना मोडीतदेखील निघालो असतलो!' आणि पुन्हा हुंदके देऊ लागली.

रागिणीने तिच्या बोलण्याकडे दुर्लक्ष केले. ती आणि माधव हार कुठे गेला असेल याचा विचार करू लागली. आता हार म्हणजे काय लहानशी अंगठी आहे की सुंकले, की आपले कुठेतरी पडले म्हणावे? बरे, हार अंगावरचा नव्हे. कुलूपबंद ट्रंकेतला आणि दागिन्यांच्या डब्यातला. डब्यातले बाकीचे सगळे दागिने जागेवर; आणि ट्रंकेचे कुलूप तोडून उघडल्यासारखे. तेव्हा हार काही हरवलेला नाही, कुणीतरी चोरूनच घेतला असणार, हे उघड झाले. कधी घेतला असेल कोण जाणे. उद्या चतुर्थीला गळ्यात घालायचा, यासाठी तात्याची बायको डबा उघडायला गेली, म्हणून आज तरी कळले. नाहीतर कसे कळणार होते?

'मला वाटतं कालपासून कोणकोण आलं....' इतका वेळ बाजूला गप्प उभा असलेला जनार्दन सांगू लागला.

'तू गप्प बैस हां! आमका ठाऊक आसा कोणी घेतलो हार ते.' माधव त्याच्या अंगावर वसकन् ओरडला.

जनार्दन मग गुपचूप बाहेर निघून गेला.

त्याच्या जात्या आकृतीकडे रागिणी पहात राहिली. मग तिने माधवकडे नजर वळवली.

आपले बोलणे तिला रुचले नसावे, या शंकेने माधव समर्थन करू लागला, 'अगो रागिणी, तुका ठाऊक नाय याचे प्रताप. सरळ वागणुकीचो आसा हो? नाना धंदे याचे. काय वाट्टेल ते करूक जाइत! तेका वाटत असात की आपण काय पण धूमशाण करून मोकळे रवू, तर त्या बाकी नाय होऊचा. आम्ही काय बोळ्यान् दूध नाय पिणव. पदरात घालून देऊ याची करणी तेव्हाच स्वस्थ बसतलांव्! हां! आमच्या मागे रावळेश्वर आसा!'

माधव जेव्हा असे बरेच काही बडबडत राहिला, तेव्हा रागिणीच्या लक्षात आले की माधवचा देवावर, मंत्रातंत्रावर बराच भरंवसा आहे. आणि त्याच मार्गाने तो गेलेला हार परत मिळवणार! तरीदेखील माधवच्या बायकोला आणि घरातल्या मुलाबाळांना मदतीला घेऊन तिने सारे घर विंचरून काढले. तात्याच्या बायकोचा आक्रोश ऐकून आजुबाजूच्या बायका जमल्याच होत्या. ती पुन्हा पुन्हा नव्या उमाळ्याने रडून त्यांना तेचतेच सांगत होती. बायका आपापले तर्क सांगत होत्या.

आतल्या काळोख्या बाळंतिणीच्या खोलीत हल्ली आईची खाट असे. तिचे वय बरेच झाल्यामुळे तिच्याने हालचाल फारशी होतच नसे. त्यातून आता तिची दृष्टी जवळजवळ निकामीच झाली होती. त्यामुळे ती काळोखात पडून राही इतकेच. हार गेल्याचे तिला कुणी तरी सांगितले. त्यावर ती काहीतरी पुटपुटली आणि कुशीवर वळून देवाचे नाव घेऊ लागली.

रात्री तात्या वसुलीहून परत आल्यानंतर पुन्हा एकदा त्याच्या बायकोने रडून ओरडून गोंधळ घातला. पुन्हा एकदा माधवने आवाज चढवून 'चोराचे पारिपत्य केल्याशिवाय राहणार नाही.' असे जाहीर केले. बाळ या सगळ्या प्रकाराला वैतागला होता. तो ज्याला त्याला गप्प करण्याचा प्रयत्न करीत होता. पण कुणीच त्याला दाद देत नव्हते. जनार्दन केव्हा तरी बाहेरून येऊन चूपचाप बसून राहिला होता. तात्यानी त्याला सरळच विचारले, 'तू घेतलंस रे हार? खरांखुरां सांगून टाक हां!'

जनार्दन चिडला. संतापाने त्याचे ओठ थरथरू लागले, 'मी गरीब म्हणून माझ्यावर वाट्टेल तो आळ घेता?' तो चिडून ओरडला, 'मी काय चोर आसंय् तुमचे हार घेऊक?'

'मग? उचलतंस देवावरचां फूल? होऊन जाऊ दे.' माधव त्याच्या

अंगावर खेकसला.

'हो, हो! मी काय भितंय् की काय? उचलून दाखवीन फूल तरच नावाचे जनार्दन!' जनार्दनच्या अंगातही आता देवचार संचारला होता.

'उगाच वाट्टेल त्या करुक तयार होऊ नकोस. रावळेश्वरावरचां फूल म्हणजे मस्करी नाय, समजलंस? निर्वंश जातलो खोट्या उचलणाऱ्याचे.'

'होऊं दे निर्वंश! कर नाय् त्याका डर कशाची?' हट्टाला पेटून जनार्दन बोलला.

रागिणीने मधे पडून त्यांची हमरीतुमरी सोडवण्याचा खूप प्रयत्न केला; पण तिचे काही चालले नाही. माधवने जनार्दनला तसेच खेचून देवघरात नेले. बाळ 'जाऊ दे, जाऊ दे' सांगत होता. तरीदेखील माधवने जनार्दनला देवावरचे फूल उचलायला लावले. 'देवा बाबा रावळेश्वरा, खोटो आळ घेतंहत. तुकाच रे बाबा डोळे. म्या हाराक हातदेखील लाउक नाय.' असे म्हणून त्याने फूल उचलले.

तात्या आणि माधव या दोघांचाही पारा या प्रकाराने थोडा खाली आला. पण त्यांचे पुरते समाधान मात्र झाले नाही. त्या रात्री हरतालिकेमुळे बायकामंडळींना उपासच होता. माधवच्या बायकोने सगळ्यांना ताकभात आणि पापडाचे जेवण वाढले. कुणाचेच जेवणात लक्ष नव्हते. जनार्दन तर पानावरदेखील बसला नाही. रागाने लाल झालेला चेहरा घेऊन तो एका कोपऱ्यात धुमसत बसला होता. पाटावर बसल्यानंतरही तात्या आणि माधव यांची बडबड खालच्या आवाजात चालूच राहिली. रात्री बारा वाजेपर्यंत सगळे याच विषयावर बोलत होते. बाळ पुन्हा पुन्हा 'आता झोपा, आता झोपा' असे सांगत होता. हा तमाशा बघण्याच्या आत रागिणीचा नवरा मुंबईला परत गेला, हीच तेवढी त्याला समाधानाची गोष्ट वाटत होती. नाही तर पंडितांची अब्रू मुंबईच्या वेशीवर टांगली जायला उशीर नव्हता.

माधवने झोपण्यापूर्वी तात्याच्या बायकोची समजून घातली, 'तू बिलकूल काळजी करू नको गे. आपले रावळेश्वर आसातोवर आपणाक भिऊचा अगदी कारण नाय. उद्या गणपतीच्या आरतीच्या वेळेस बघत रव — कसो चमत्कार घडतलो ते! चोर आपल्याआप चोरी कबूल करतलो का नाय बघ! रावळेश्वराचो पराक्रमच आसा तसो. त्यातून उद्या येतले गणपती! म्हणजे बघाकच नुको हां!'

दुसऱ्या दिवशी वाजत-गाजत गणपती आला आणि आदल्या दिवशी घरावर पडलेले काळजीचे सावट थोडे उचलल्यासारखे वाटले. वर्दम पेंटराच्या दुकानापासून झांज-ताशाच्या गजरात मूर्ती निघाली, ती तासाभराने घरी आली. मूठभर मोठी माणसे आणि चिक्कार पोरेटोरे यांनी आरडून-ओरडून मूर्तीची यात्रा गाजवली. भटजी तयारच होते. श्रींची प्रतिष्ठापना करताना त्यांनी रावळेश्वरासकट

सगळ्या देवांना घरावरचे संकट दूर करण्याचे गाऱ्हाणे घातले. हार गेल्याचे त्यांच्याही कानावर गेलेच होते. आणि माधव अधुनमधून 'आज बगतलंय चोर कसो निसटता ते. देवाच्या नजरेतून काय सुटूचा नाय' अशा गर्जना करीतच होता.

पण सकाळच्या आरतीला जनार्दन घरातच नव्हता. कोणीतरी त्याला चून करण्यासाठी नारळ पाडून आणायला पाठवले, तिकडेच त्याला उशीर झाला. त्याची वाट पाहूनपाहून थोड्या उशिराने आरती सुरू केली; पण आरती संपली तरी त्याचा पत्ताच नव्हता. माधव जळफळत राहिला. नारळ काढायला त्याला पाठवणाऱ्याच्या नावाने त्याने शिमगा केला. कोठीत काढून ठेवलेले नारळ नेमके आत्ताच संपले कसे, म्हणून तो बायकोवर कातावला. 'आता कसो भिऊन दडताहा! काल मारे फूल काढल्यान् देवावरचा! रावळेश्वर बघून घेतलो! अरे, गणपतीपुढे काय मस्करी आसा?' — असे स्वत:शीच बडबडत राहिला.

संध्याकाळी बाहेरची पाहुणेमंडळी घरात असतानाच त्याने सगळ्यांना बजावले, 'रात्री आरतीक माका घरची सगळी माणसां हवीत हां! सांगून ठेवतंय. नायतर पळशात् गुपचूप सकाळसारखी. देवाक चालूचा नाय बिलकुल. आधी पाप करण्यापूर्वी विचार करुचो. मग पळान् फायदो काय?'

हे सगळे आपल्यासाठी आहे, हे जनार्दनला कळत होते; पण माणूस गरीब झाला की त्याची अब्रू सुरक्षित नसते, हेही त्याला माहीत होते. त्याने उत्तर दिले नाही. दात-ओठ खात तो प्रसादाची तयारी करीत राहिला. माधवचे बोलणे न ऐकल्यासारखे करीत. रात्रीच्या आरतीला तो हजर राहणारच होता. त्याने कुठे कशाला नाही म्हटले होते? आज पळपुटेपणा करायचा असता, तर काल त्याने देवावरचे फूल उचलले असते का?

रात्री आरतीला माणसांची रीघ लागली. पंडितांचा गणपती म्हणजे मोठे जाज्वल्य दैवत आहे, असे सगळ्या गावाचे मत होते. वर्षभर न फिरकणारे लोकसुद्धा नेमके गणपतीच्या दिवशी येऊन प्रसाद घेऊन जायचे. या दिवशी पंडितांकडे कुणालाच बंदी नसायची. कुणी हलके नसायचे की दळिद्री नसायचे. बाप्येमंडळी संध्याकाळी येऊन जायची. ज्यांना शक्य असेल तेवढी आरतीला थांबायची. पोरेबाळे जमलेली असायचीच; पण बायकादेखील आपल्या घरच्या गणपतीच्या कामामधून वेळ काढून येऊन दर्शन घेऊन जायच्या.

यंदाच्या वर्षी बाळने मुंबईहून लुकलुकणारे रंगीत बल्ब्सचे तोरण आणले होते. श्रींसमोरची आरास रागिणीने आदल्या दिवशी दुपारभर खपून केली होती. आरतीत ठेवायला शोभेच्या वस्तूदेखील ती मुंबईहून घेऊन आली होती. एवढा गाव लोटणार आणि आपल्या गळ्यातला हार मात्र जागेवर नाही, या कल्पनेने तात्याच्या बायकोला पुन्हापुन्हा रडू फुटत होते, आणि तात्या तिच्या अंगावर खेकसत

होता, 'भलत्या वेळी रडान् अवचिन्ह करू नको हा! सांगान ठेवतंय.' की लगेच माधव येऊन तिची समजून घालायचा, 'जरा दम धर, वहिनी. खंय नाय जाउंचो तुझो हार. आज आरतीत बघ काय गंमत जाता ते. आज देव चोराक अच्चूक पकडतलो. गाऱ्हाणा घातलेल्या आसां. काळोठिक्कर पडता की नाय बघ चोर!'

बाळला माधवचे हे कारस्थान आवडलेले नव्हते. तो माधवला म्हणाला, 'जनार्दनान् घेतलो आसात् हार, तर लोकांसमोर शोभा नाय जातली? ह्या घरातला भांडण चव्हाट्यावर कि त्याक्-येऊक व्हयां? मी सांगतंय जनार्दनाक, की तू काय आरतीक हजर राव्ह नकोस.' तसा माधव चिडून म्हणाला, 'तू नस्ती शाणपत्ती करू नकोस हां. कॉलेज शिकलंस म्हणजे मोठी शिंगा फुटली, तां आसा ठाऊक. जनार्दनाक आरतीक येऊकच व्हयां. अरे करूचा तसा भरूचा. आणि पंचवीस तोळ्यांचो हार तो. त्यातून घराण्याचो. चार पिढ्यांचो. येदा नखुरडा आसा ता, की सोडून देऊचा चोराक?'

हाराची गोष्ट नाही म्हटले तरी गावात सगळीकडे पसरली होती. आजच्या गणपतीच्या आरतीत चोर नक्की पकडला जाईल, हा माधवचा तर्कही तोंडातोंडी झाला होता. त्यामुळेच की काय कोण जाणे. पण दर वर्षीपेक्षा यंदा आरतीला अधिकच गर्दी जमली. देवघर तर सगळे भरूनच गेले; पण मधली खोली आणि पडवीसुद्धा माणसांनी गच्च भरून गेली. काही माणसे खिडकीबाहेरसुद्धा उभी होती.

आरतीचे तबक तात्याने धरले होते. माधवदेखील सोवळे नेसून, त्याला काय हवे नको ते बघत होता; पण दोघांचेही लक्ष गणेशमूर्तीइतकेच जनार्दनकडेही लागलेले होते. दारात उभ्या राहिलेल्या माधवची बायको, तात्याची बायको या दोघीही आपल्या जागेवरून जनार्दनकडेच पाहात होत्या. आपल्याकडे इतक्या लोकांचे लक्ष आहे, या भावनेने अस्वस्थ होऊन जनार्दन जागच्या जागी चुळबुळत होता.

'सुखकर्ता दुखहर्ता'पासून मंडळी काहीतरी होण्याची वाट पहात राहिली; पण देवे होऊन गेल्यानंतरही काही वेगळे घडले नाही. प्रसाद वाटता वाटता बाळने सुटकेचा नि:श्वास टाकला. रागिणीही हायसे वाटल्यासारखी स्वयंपाकघराकडे वळली. अनावर होणारा संताप दाबून माधव वावरत होता. तात्याच्या बायकोचा हार परत मिळण्याची आशाच खुंटल्यासारखी झाली.

रात्री सगळी गडबड संपून आवरासावर व्हायला बारा वाजून गेले. दमलेली पोरेसोरे लवकर झोपून गेली. जनार्दनने मुकाट्याने आपले अंथरूण अंगणात पसरले. कालपासून तो कोणाशीच फारसा बोलला नव्हता. एका दिवसात त्याला घर परके परके वाटू लागले होते. तात्याची बायको, तात्या आणि माधव मात्र स्वयंपाकघरात कुलूकुलू बोलत बसले होते. रागिणी भांडी लावण्याच्या निमित्ताने

तिथेच थांबून त्यांची बोलणी ऐकत होती. तात्याच्या बायकोने तिला कितीतरी वेळा 'झोपायला जा — भांडी सकाळी लावू' म्हटले तरी ती ऐकतच नव्हती.

'असा कसा हो झाला?' तात्याच्या बायकोने माधवला विचारले, 'देवान् कौल कसो नाय दिलो?'

'देतलो कसो?' माधव म्हणाला, 'देवाक बांधून घातलाहा तेणा. मी ओळखलंय्! देवक् बांधल्याशिवाय असा जाऊंचाच नाय.' माधव म्हणाला.

देव बांधल्याचे कळल्यावर तात्याची बायको घाबरली. देव बांधायचा प्रकार म्हणजे जबरदस्तच! देव बांधणारे पंचाक्षरी आपल्या मंत्राच्या जोरावर देव एखाद्या विशिष्ट बाबतीत काहीच कौल देणार नाही, अशी व्यवस्था करून ठेवीत. मग देवाला बोलता करणे कुणाच्याच हातात राहत नसे. सगळेच गुन्हेगार इतकी सावधगिरी घेत नसत; पण घरातच गणपती येणार म्हटल्यानंतर इथे हाराची चोरी करणाऱ्याने तेवढी शिताफी दाखवली असावी. त्यामुळे या चोरीच्या बाबतीत बोलायची देवाला चोरी झाल, असा माधवचा तर्क.

दुसऱ्या दिवशी सकाळची पूजा आटोपताच माधव नाचत नाचतच देवघराबाहेर आला. त्याच्या हातात एक गाठी मारलेला काळा दोरा होता. 'बघितलांस?' तो थेट स्वयंपाकघरात जाऊन तात्याच्या बायकोला म्हणाला, 'देव बांधलो म्हटला काल, तां खोटा न्हई. हो बघ दोरो. पटली खात्री?'

'खंय मेळलो?'

'देव्हाऱ्याखाली. माका संशय होतोच. मेल्याचा कधी बरा होऊचा नाय. देव बांधूचो म्हणजे असातसा काम न्हाई. उलट्या काळजाचो माणूस जाया तेका.'

त्या दिवसापासून माधवचे मांत्रिकाकडे खेटे सुरू झाले. बांधलेला देव सोडवण्यासाठी मांत्रिक सांगेल ते उपाय करण्यात आले. इकडे हार सापडावा यासाठीही काही उपाय मांत्रिकाने केलेच होते. झाडाखाली भात ठेवण्यापासून ते तिठ्यावर कोंबडे ठेवण्यापर्यंत. घरात गणपती असल्यामुळे घरातल्या कुणालाच कोंबडे मारता येत नव्हते. म्हणून परस्पर महारवाड्यातल्या भागूकडे पैसे देऊन ती व्यवस्था करण्यात आली. बाळच्या सूचनेप्रमाणे चावडीवर आधी कळवण्यात आले होते आणि पोलिसांनी संबंधित लोकांच्या झडत्या घ्यायलाही सुरुवात केली होती. बायकामंडळी घरोघर विचारपूस करीतच होती. तात्या रोज रात्री झोपताना अथर्वशीर्ष म्हणू लागला होता.

असे होताहोता चारपाच दिवस गेले आणि हार मिळण्याची आशा मंदावत चालली. पाचवा दिवस उजाडला आणि गणपती विसर्जनाची तयारी सुरू झाली.

विसर्जनाआधीची शेवटची आरती पहिल्या आरतीइतकीच गाजत असे. तसेच मोठ्या प्रमाणावर गावातले लोक पंडितांच्या घरात जमत आणि तितक्याच जोराच्या आरती-नादाने सगळा परिसर दुमदुमून जाई.

यंदाही त्याच जोषात 'सुखकर्ता दुखहर्ता' सुरू झाले. टाळ, झांजा, ढोलकी जोरजोरात दणदणू लागली आणि पंडितांचे घर जोत्यापासून छपरापर्यंत त्या नादाने थरथरू लागले.

पांडुरंगाची आरती सुरू झाली, आणि एक विलक्षण घटना घडली.

एकाएकी रागिणीला चक्कर आल्यासारखे झाले. चेहेरा काळानिळा पडला, आणि ती चालू आरतीत बेशुद्ध पडली.

एकच गडबड उडाली. बायकामंडळींनी रागिणीला बाजूला घेतले आणि बाहेर नेऊन पलंगावर निजवले. पुरुषमंडळींनी आरती कशीबशी पूर्ण केली. लगेच ते तिच्याकडे धावले. तोवर तिला शुद्धीवर आणण्याचे प्रयत्न चालूच होते. अजूनही ती पूर्ण शुद्धीवर येत नव्हती. तिचे ओठ थरथरत होते; पण बोललेले काही ऐकू येत नव्हते.

थोड्या वेळाने ती शुद्धीवर आली. बाहेरची मंडळी घरोघर पांगली. फक्त घरातली तेवढी तिच्याभोवती राहिली. तात्या आणि माधव, तिला कसे वाटते आहे, ते विचारीत राहिले.

अगदी अशक्त आवाजात रागिणी म्हणाली, 'मला...देवानं शिक्षा केली. मी हार चोरला म्हणून!... हार इथं नाही... मी तो मुंबईला पाठवला.'

रागिणीचे शब्द ऐकले मात्र; उंबरठ्यात उभा असलेला जनार्दन तिथल्या तिथे मटकन खाली बसला.

जनार्दनवरचा संशय दूर झाला तरी तात्या आणि माधव त्याच्याशी फारसे मोकळेपणाने बोललेच नाहीत. फक्त चुटपुटते म्हणाले की, 'आम्ही काय करणार? परिस्थितीच तशी होती. माणसाची होते चूक!' पण चुटपुटते बोलले, तरी त्यांचा आवाज एकदम बंद झाला, हे खरे. हार जनार्दनकडे मिळता, तर कदाचित त्यांनी त्याला पोलिसातसुद्धा द्यायला कमी केले नसते; पण त्यांच्या लाडक्या श्रीमंत बहिणीकडेच तो निघाल्यामुळे त्यांचा अवसानघातच झाल्यासारखे झाले. त्यांच्या बायका एकमेकींत काय कुजबुजल्या असतील तेवढ्याच. पण त्यांच्या रडण्याओरण्यातली सगळी हवाच काढून घेतल्यासारखी झाली होती.

हार काही पुन्हा दिसला नाही. रागिणीने आपल्या नवऱ्याबरोबर तो मुंबईला पाठवून दिला होता. तिला म्हणे तो विलक्षण आवडायचा. आईचा म्हणून, आणि दागिना म्हणूनही! मुंबईला तिच्या स्वप्नातसुद्धा कित्येकदा तो हार येत असे. म्हणून तिने या वेळेस ठरवूनच टाकले होते, की काहीही करून

तो हार पळवायचा! नवऱ्याला तिने सांगितले होते की, तिला आईने तो गुपचूप देऊन टाकलाय. तात्या-माधवला तिने गळ घातली, की सासरच्या माणसांपुढे शोभा नको, म्हणून हाराचे गुपचूप मिटवून टाका. त्या बदल्यात तिने स्वत:च्या गळ्यातला साज तात्याच्या बायकोला देऊन टाकला. म्हणाली, 'तोळाभर जास्तच भरेल याचं वजन.' मग त्यावर तात्याची बायको काय बोलणार? एकूण रागिणीच्या हातून झाला तो सगळा चक्रमपणाच; पण तिचा स्वभाव पहिल्यापासूनच मनाला येईल ते करण्याचा. परिणामांचा विचार न करण्याचा. त्यातून आता ते श्रीमंती खटले! कधी कशी वागेल, कुणी नेम द्यावा? बिचाऱ्या जनार्दनला मात्र सगळे थोडे कठीण गेले. पण त्याला काय करणार? असतो एकेकाचा कर्मभोग! असे सगळ्या मंडळींनी स्वत:चे समाधान केले आणि हाराचा प्रश्न मिटवून टाकला.

माधवला एक परीने मोठे समाधान वाटले. त्याच्या देवावरच्या श्रद्धेनेच हार सापडून दिला होता. बांधलेला देव मोठ्या शिकस्तीने त्याने सोडवला होता. आणि त्यानेच गणपतीच्या आरतीत शेवटी चोर पकडला होता. तो चोर त्याच्या कल्पनेपेक्षा वेगळा होता खरा. पण परमेश्वरी लीलाच ती! प्राणिमात्राला कुठून समजणार? बाकी रावळेश्वर म्हणजे जबरदस्त देव! आणि त्यातून पंडितांकडचा गणपती म्हणजे जागृत दैवत. मग चोर सापडल्याशिवाय थोडाच रहातो?

...रागिणी गेल्यानंतर पहिल्यांदाच जेव्हा चारही भाऊ एकत्र भेटले, तेव्हा या प्रकाराला वीस वर्षे लोटली होती. पण गप्पागप्पांमधे सगळ्याची उजळणी झाली. एवढ्या श्रीमंत रागिणीला चोरीची दुर्बुद्धी आठवावी, या मनुष्यस्वभावाला काय म्हणायचे? पण पोरगी चक्रम हेच खरे. या चक्रमपणाशिवाय बाकी तिच्यात नाव ठेवायला जागा नव्हती... सगळे हळहळले.

मग जनार्दनच्याने राहवेना. तो म्हणाला, 'चक्रम असेल बाबांनो रागिणी. पण असा चक्रमपणा लाखांत एका ठिकाणी दिसायचा नाही.'

हाराच्या प्रकरणानंतर वर्षा-दोन वर्षांनी जनार्दन भाऊबीजेला रागिणीकडे गेला होता. चार तोळ्यांच्या सोन्याच्या बांगड्या घेऊन. रागिणी चकित झाली. जनार्दन म्हणाला, 'आता बिझनेस सुरू केलाय. पहिल्यापासूनच फायद्यात आहे धंदा. थोड्याच दिवसांत फायद्यातला तुझा वाटा देऊन टाकायचं ठरवलंय.'

'माझा वाटा?'

'तर! भांडवल तू पुरवलंस या धंद्याला!'

रागिणी गोड हसली.

'माझं काय रे मोठं? आईनं पुरवलं म्हण.'

'आईचा काय संबंध?'

'तुका काय वाटला, हार गेल्याचां कळून आई गप रवतली होती?' रागिणी मधेच माहेरच्या भाषेत म्हणाली, 'तिका दृष्टी नव्हती, पण काळोखात पावला समजूची. शेवटच्या मंगळागौरीक वहिनी बाहेर गेली, तेव्हा तू कुलूप तोडलास, ता तिनां ऐकलां. तुझी पावलांदेखील तेका समजली. तुका हटकला, तर तू, पाणी पिऊक उठलंय, म्हणालंस. पण हार गेलो म्हटल्यावर तिका तो कोणी चोरलो असतलो तां बरोब्बर कळलां. सगळी तुज्यावर आळ घेऊक लागली, तेव्हा ती माका खोलीत बोलवून म्हणाली, 'रागिणी गो, या माज्या पोराची काय आशा नाय. आधीच त्याचो खंय ठिकाणो नाय. तशातल्यान् चोरीचो आळ इलो, तर पोर माजो जन्मातसून उठात्. तेका पैशाची जरूर असतली, म्हणून केली आसात चोरी. पण चोर ठरलो तर तेकां कोण विचारतलो जगात. म्हणून रे मी ह्या सगळ्या नाटक केला. गाबतिणिन् कसलो रस दिलो होतो, घेऊन काळानिळा पडूचो, बेशुध पडूचो.''

''पण रागिणी, तू चोर ठरलीस — माझ्यामुळे.''

'ठरले तर ठरले. मला रे कोण हसणार होतं? तू चोर ठरतास, तर मात्र आफत होती. गरिबानं चोरी केली तर गुन्हा असतो बाबा. श्रीमंतानं केली तर लहर ठरते!'

''...तर असली लहर होती बाबांनो रागिणीची! असलो चक्रमपणा!'' जनार्दन म्हणाला.

तात्या विचारात पडला. बाळ थक्क झाल्यासारखा गप्प बसून राहिला. माधव जाऊन पानाची पिंक थुंकून आला. मग म्हणाला, —

'म्हंजे रे काय? आमची देवदेवस्की फुकटची? देवान् कौल दिलो तो खोटो? देव नसतोच का काय या जगात मगे?'

'देव आहे दादा. या जगात देव जरूर आहे.' जनार्दन म्हणाला, 'पण तो देव्हाऱ्यातला नाही. कठीण प्रसंगात माणसाच्या मनात उभा राहणारा. वीस वर्षांपूर्वी त्या वेळेस, तात्या, रागिणीच्या मनात जर तो देव उभा राहिला नसता ना, तर आज मी तुमच्याशी बोलायला असा इथं दिसलो नसतो! पार देशोधडीला लागलो असतो मी, पार देशोधडीला!..'

आणि त्याने धोतराच्या सोग्याने डोळे टिपले.

■

जाळ

रमण स्वस्थपणे आढ्याकडे पाहात बिछान्यावर पडलेला.

हातात पेटलेली सिगरेट.

अधुनमधून सिगरेटचे झुरके मारण्यापलीकडे दुसरी कसलीही हालचाल नाही.

फार फार म्हणजे उजवा पाय डाव्यावर, नाहीतर डावा पाय उजव्यावर.

पण असे निश्चल पडून राहिले तरी झोप काही येत नाही, ती नाहीच.

कुशीवर वळावे, तर सिगरेट नीट ओढता येत नाही.

आणि कुशीवर वळून तरी झोप थोडीच येणार आहे?

खरे तर आज झोप यायला हवी. अगदी बिछान्यावर अंग टाकताच झोप यायला हवी. नव्हे, डोळे झोपेने जड झाल्यामुळेच कसेबसे येऊन बिछान्यावर अंग टाकायला हवे.

कारण गेले दोन दिवस, दोन रात्री आपण अजिबात झोपलो नाही. आजचा दिवस झोपेवाचूनच गेला. आणि ही तिसरी रात्र. दोन दिवसांच्या अखंड जागरणानंतरही माणसाला किंचितसुद्धा झोप येऊ नये म्हणजे काय? तसे थकल्यासारखे तर वाटते आहे – पण पापणी काही लवत नाही. बळेबळेच डोळे मिटून पाहिले. पण पाच मिनिटांत जाणीव होते की आपण अजूनही जागेच आहोत. या जाणिवेनेच मिटलेले डोळे आपोआप उघडतात.

रमण विलक्षण अस्वस्थ.

बाहेर सारे शांत आहे.

मध्यरात्र उलटून गेली असेल...

रमण उशाखाली ठेवलेले घड्याळ काढून पाहतो. काटे शांतपणे दीडची वाटचाल करू लागलेले. दीड वाजला... आता पाहता पाहता दोन वाजतील...

मग पाहता पाहता अडीच... तीन... आपण नुसते पाहतच राहू... पण झोप काही येणार नाही...

मग दुसरा दिवसभर थकल्याची भावना. काही खावेसे वाटणार नाही... खाल्लेले घशाशी येईल...

ज्योती गेल्यापासून आपल्याला झोप कायमचीच का अंतरली...?

आपण एकटेच जागत आहोत... बाकी सारे गाढ झोपलेले... नक्कीच. नाहीतर रात्री दीड वाजता कोण कसे जागे असणार? त्यातून या चिमुकल्या घरापासून दुसरे घर फार लांब... सगळा उघडा माळ... अंतरावर चारपाच बैठी घरे... सगळी आता काळोखाच्या समुद्रात गुडुप बुडालेली.

आपण एकटेच तेवढे जागे... आपण एकटेच — सध्या तरी आपण एकटेच —

ज्योती गेली. गेल्या सहा महिन्यांत शेजारी तिला झोपलेली पाहण्याची सवय होती — आता तिच्याशिवाय एकटेच झोपायला हवे —

वैताग आहे! झोप येणार कशी?

रमण उठतो. अर्धा ग्लास पाणी पिऊन कोरडा झालेला घसा ओला करून येतो. त्यामुळे तरी झोप येईल का पाहायचे.

पण तरी झोप येत नाहीच.

सिगरेट संपते. रमण पाकीट पाहतो. त्यातीलही सिगरेट्स संपलेल्या.

तो चडफडत नवीन पाकीट काढतो. सिगरेट पेटवतो.

बाहेर कुत्रेसुद्धा भुंकत नाही. सर्वांना इतकी शांत झोप लागते तरी कशी?

झोपणे म्हणजे अखेर काय? थोडा वेळ, तात्पुरते मरणे. सबंध जगाला सोडून जाणे.

पण ती तात्पुरती मेली नाही... कायमची मेली... खरीखुरी मेली.... आता आपण मागे राहिलो आहोत.... आणि हे डोके कुरतडणारे विचार – झोप उडवणारे... आता या विचारांपायी आपल्याला कधीच झोप येणार नाही की काय?

सिगरेट संपते. एकदम बोटांना चटका बसतो. 'स्स' करून रमण सिगरेट खाली टाकतो.

एवढासा चटका आपल्याला असह्य होतो – मग तिचे काय झाले असेल? सबंध अंग, पेटलेल्या वस्त्राने लपेटलेले — जेमतेम एक किंकाळी तिने फोडली असेल — मग ती बहुधा बेशुद्धच झाली असेल. असह्य वेदनांनी आणि भीतीने.

तशी ती वाईट नव्हती. दिसायला चारचौघींसारखीच होती. शरीर थोडे वाळकेच होते; पण घर नीटनेटके ठेवायची. रात्री त्याने ओढून घेतले, की ती यांत्रिकपणे जवळ यायची. तो तिचे शरीर मनाला येईल तसे कुस्करायचा. तिची

तक्रार नसे. पण ती सुखावली आहे, असेही वाटत नसे.

त्यामुळे दोघांमधला दुरावा कधी कमी झालाच नाही. त्याने हवे ते घ्यावे, एवढेच. तिने आपणहून काही त्याच्या अंगाला स्पर्शही केला नाही. दोघांमध्ये एखादे नाजूक गुपित फुललेच नाही. त्याला काय आवडते, हे तिने स्वत:च्या ध्यानात आल्यासारखे दाखविले नाही. स्वत:ला काय आवडते, हेही समजावून द्यायचा प्रयत्न केला नाही. आनंदाची देवाणघेवाण होऊच शकली नाही. म्हणून शरीरे एकत्र येऊनही मने दूरच राहिली.

त्यातून ती बोलत असे अगदीच थोडे. म्हणजे ती अबोल होती अशातला भाग नाही. पण आपल्याशी ती मोजकेच बोलते, हे रमणला जाणवे. जशी काही तिच्या मनात त्याच्याविषयी काही अढी होती...

आणि तशी अढी असायला कारण नव्हते, असे नाही. ज्योतीचे माहेर काही मोठेसे श्रीमंत नव्हते. वडिलांचा व्यापार साधारणच चालत असे. आपले खाऊनपिऊन सुखी होते, एवढेच. त्यातून ज्योतीला आणखी दोन बहिणी होत्या. भाऊ अजून शिकत होता. रमणच्या वडिलांनी मागितलेला हुंडा द्यायची त्यांची ऐपत नव्हती. पण संघवीचे घर त्यांना हातचे सोडवत नव्हते. मुलगी या घरी पडली, तर तिला जन्मात खाण्यापिण्याची ददात पडणार नाही, हे त्यांनी ओळखले होते. त्यातून रमण बापाच्या आज्ञेतला, समंजस मुलगा वाटला. म्हणून त्यांनी हातापाया पडून, मुलीला पदरात घ्या, असा हट्टच धरला. हो ना करता लग्नखर्च आणि दहा हजार हुंडा एवढ्यावर सौदा पटला खरा; पण कांतीलाल संघवी नाराजच राहिले. चिमणभाईंनादेखील हा सौदा तसा स्वस्त नव्हता, कारण यासाठीही पाच-सहा हजारांचे कर्ज डोक्यावर घ्यायला लागणारच होते. याशिवाय आणखी दोन मुलींच्या लग्नांची विवंचना होतीच. पण तो विचार पुढे करता येईल, आधी जुळतेय् ते मोडू नये, या हिशेबाने त्यांनी ज्योतीचे लग्न करून दिले.

बापाची ही हालत ज्योतीच्या लक्षात आल्याखेरीज राहिली नव्हती. सासरी पाऊल टाकल्याबरोबर तिथली माणसे किती मख्खीचूस आहेत, हेही तिने जाणले होते. तसे पाहिले तर कांतीभाईंना काही कमी नव्हते. घेतला थोडा कमी दहेज, तर काही कोणी उपाशी मरणार नव्हते. घर भरून दारी वाहत होते; पण जितकी पैसेवाली माणसे, तितकी ती पैशाला अधिक काटेकोर! कांतीभाई पैशापैशाचा हिशेब करीत. आपला हिशेब आणि बँकेचे पुस्तक ताडून पाहात. कुठे एक पैशाचा फरक मिळाला, तर ताबडतोब दुरुस्ती करून आणीत. शेअर्सवरचे डिव्हिडंड यायला एक दिवस उशीर झाला, तर बँकेत सतरा फेऱ्या मारीत. अशा या माणसाने दुसऱ्याच्या शब्दाखातर दोन-पाच हजार कमी केले, हेच मुळी विशेष होते.

कमी दहेज घेऊन आलेली सून घरात कुणालाच आवडली नाही. आणि पै-पैशाचा हिशोब मांडणारे असले घर ज्योतीलाही फारसे रुचले नाही; पण कुणाच्या बोलण्यात आपल्या वडिलांचा उद्धार होऊ नये म्हणून ती गप्पच बसे. त्यातून तिच्या नशिबाने लग्नानंतर महिन्याभरातच रमणची मुंबईच्या ऑफिसात बदली झाली. त्यामुळे कुणाशी तंटेबखेडे न होता ती नवऱ्याबरोबर मुंबईला आली. सासरच्या माणसांपैकी कुणाला तिने कधी नावे ठेवली नाहीत. पण त्यांच्याविषयी ती काही बोलायचेच टाळते, हे रमणने ओळखले होते. मग आपलेपणा तयार व्हावा कसा?

आणि असली बायको गेली, म्हणून आपली झोप तरी कां उडावी? रमण स्वत:ला विचारीत राहतो.

पण या प्रश्नाचे उत्तर त्याला माहीत असते.

ज्योती गेल्याचा शोक त्याला झाला नाही. अर्थात शोकाचे नाटक मात्र करावेच लागले. लग्नानंतर अवघ्या सहा महिन्यांत बायको अपघाताने मरावी. यासारखी दुसरी आपत्ती नव्हती. त्या आपत्तीच्या प्रचंडपणाला शोभेल असे दुःख करणे त्याला कठीण गेले; पण ते करणे भागच होते. नाही तर कुणाला काही संशय आला असता. आपल्या घराच्या मर्तिकात आपल्यालाच भाड्याने रडायला बोलावून आणले आहे, अशी काहीशी विचित्र कल्पना त्याच्या मनात त्या वेळेस डोकावून गेली होती.

पण शोक झाला नाही, तरी आतल्याआत काहीतरी प्रचंड उलथापालथ झालीच होती.

त्यामुळे झोप येत नसेल का?

सिगरेटच्या धुराकडे पाहात चाललेला विचार. विचारामुळे थकून तरी मेंदू झोपी कां जात नाही?

खरे म्हणजे मनात उलथापालथ व्हायला सुरुवात यापूर्वीच झाली होती. बापूंची ती सूचना ऐकली, त्या क्षणापासून. आता ती सूचना फक्त प्रत्यक्षात आली होती, एवढेच.

खरा हादरा बसला, तो बापूंनी ते पहिल्यांदा सुचवले तेव्हा. अशीच रात्रीची वेळ होती. रमण मुंबईला आल्यानंतर प्रथमच सुरतेला गेला होता.

तिघेही अंगणात खाटले टाकून बसले होते. रमण, कांतीभाई आणि रमणचा थोरला भाऊ सुरेश. सुरेश सुरतेलाच राहायचा आणि बापूंना धंद्यात मदत करायचा.

हवेत उष्मा फार होता. उघड्यावर बसून तरी काय, वारेच मुळी खेळत नव्हते. सगळे कुंद झाले होते.

इकडच्या तिकडच्या गप्पा झाल्यावर कांतीभाईंनी आवाज खाली आणला. आणि ते रमणला म्हणाले - 'काय रमण, काही विशेष बातमी आहे का?'

रमण हसतच म्हणला - 'छे एवढ्यात काही नाही.'

पण बापाच्या चेहऱ्याकडे पाहिल्यावर त्याचे हास्य मावळले. त्याला कळले, की ही चौकशी, गंमत म्हणून चाललेली नाही.

'हे चांगलं सांगितलंस तू. अजून दुसऱ्या लग्नाचा चान्स आहे.'

रमण दचकला. बापू असे काय बोलताहेत? त्याला काही कळेचना. आत्ता सहा महिन्यांपूर्वी तर आपले लग्न झाले – त्यातून आपले तिच्याशी पटतबिटत नसल्याची काहीच तक्रार आपण केलेली नाही. मग हे काय?

त्याने सुरेशकडे पाहिले; पण त्याच्या चेहऱ्यावरची रेषादेखील हालली नाही. कदाचित ही सगळी मसलत त्याला आधीच ठाऊक असावी!

'जामखेडचा एक व्यापारी आहे. एकुलती एक मुलगी आहे त्याची. बापानंतर सगळी इस्टेट तिचीच होणार. शिवाय वीसेक हजारापर्यंत कॅश देईल लग्नात. त्याला हवाच आहे आपला संबंध. जामखेडमध्ये आपली एजन्सी मागतोय तो. नाही म्हणायचा नाही आपल्याला — बघ, पसंत आहे सौदा?'

'त्याला काय विचारायचं? नाही म्हणायला तो काय खुळा आहे?' सुरेश म्हणाला.

'पण ही – हिचं काय करायचं?' रमणने विचारायचे म्हणून विचारले. खरे तर हिचे काय करायचे, याचाही विचार त्या दोघांनी पक्का केला असणार, याची त्याला खात्री होती.

'हिचं काय? अपघात! घरात स्टोव्ह वापरता ना तुम्ही? मग तर एकदम सोपं आहे! पाठीमागून रॉकेल ओतायचं साडीवर आणि द्यायचं पेटवून. अरे, असे ॲक्सिडेंट्स कितीतरी होतात आजकाल!'

त्यांची योजना ऐकली, तेव्हा रमणच्या अंगावर काटा उभा राहिला; पण नंतर त्याने जसाजसा विचार केला, तसातसा त्याला हा बेत तितकासा कठीण वाटेनासा झाला. शिवाय पुढच्या आयुष्याचा विचार करून अंगात धैर्य आणायला हवे होते. जामखेडच्या श्रीमंत व्यापाऱ्याची एकुलती एक मुलगी; शिवाय तिच्याशी आपले ज्योतीपेक्षा निश्चितच अधिक चांगले पटेल.

त्या दिवशी नेहमीप्रमाणे रमण चार वाजता ऑफिसातून घरी आला होता. बिल्डिंगमधली पुरुषमंडळी अजून कामावरून परतली नव्हती. त्यांच्या मजल्यावर आणखी एक बिऱ्हाड होते आणि ती दोघेही कुलूप लावून बाहेर जात. खालच्या मजल्यावर पोरे खेळत होती. त्यांचा चिक्कार आरडाओरडा चालला होता.

बूट काढतानाच रमणला समजले, की ज्योती स्टोव्हवर काहीतरी तळते आहे. एकदम त्याच्या डोक्यात ठरवलेल्या कल्पनेने पेट घेतला. तसा आजकाल तो या कल्पनेशी सारखाच खेळत असे. पण आत्ता या क्षणी मात्र कुणीतरी त्याला खडबडून जागे करून 'हाच तो क्षण' असे एकसारखे सांगू लागले.

नंतर त्याला वाटले की, ती पाठमोरी उभी असताना, एकदातरी आपण तिला शेवटचे नीट पाहून घ्यायला हवे होते; पण त्या क्षणी मात्र त्या कल्पनेशिवाय त्याला दुसरे काही सुचलेच नाही. त्याने एक वर्तमानपत्र घेतले. त्यातला एक कागद. खिशातून आगपेटी काढून पेटवला.

एका हातात तो पेटलेला कागद घेऊन तो पाय न वाजवता आतल्या खोलीत गेला. ज्योती पाठमोरी उभी होती. डोळ्यांचे पाते लवते न लवते तो त्याने जमिनीवरचा रॉकेलचा डबा तिच्या अंगावर उपडा केला. ती वळली; पण काही बोलण्याच्या आतच रॉकेलने चिप्प भिजलेल्या तिच्या साडीला त्याने कागदाची चूड लावली...

पुढचे काही पाहायला तो थांबलाच नाही. बाहेर येऊन त्याने पायात चपला सरकवल्या, दार लोटून घेतले आणि तो घाईघाईने जिना उतरून रस्त्यावर गेला. नाक्यावर येईपर्यंत तो स्वतःचा नव्हता. अजून जणू काही तो त्या कल्पनेनेच भारला होता. अजूनही पुन्हा पुन्हा तो कागदाची चूड पेटवत होता. पुन्हा पुन्हा रॉकेल ओतत होता. त्यात त्वेष नव्हता, एखादे यंत्र जसे ठरलेले काम बिनबोभाट करीत राहाते, तसे त्याचे मन पुन्हापुन्हा तेच तेच करीत राहिले होते...

पण नाक्यावरच्या पानाच्या गाडीशी आल्यानंतर मात्र त्याला एकदम मोकळे मोकळे, काहीतरीच वाटू लागले. उतारावरून सोडलेल्या दगडाला येतो तसला हा मोकळेपणा होता. आपल्याला कुणी मधे थांबवणार नाही, आपण खोल खोल जाऊन कुठेतरी पडू, असे काहीतरी त्याला वाटत होते.

पान खाऊन, सिगरेटचे पाकीट घेऊन जेवढा म्हणून वेळ काढता येईल, तेवढा त्याने काढला; पण अधिक वेळही काढवेना. आपल्यामागे काय प्रकार झाला असेल, हे पाहण्यासाठी तो अधीर झाला होता.

आता कसे वागायचे, याची त्याने मनातल्या मनात उजळणी केली आणि तो जिना चढून गेला. मुद्रेवर शक्य तितकी बेफिकिरी ठेवून. वागण्यात सहजपणा दाखवून.

अपेक्षेप्रमाणे दारात गर्दी जमलीच होती. तो प्रत्येकाला 'काय झाले?'...'काय झाले?' विचारू लागला. त्यांनी त्याला वाट करून दिली.

घरभर पाणी झाले होते. त्यातच ज्योतीचा काळाठिक्कर पडलेला देह

पडला होता. तिच्या आजुबाजूला दोघेचौघे उभे होते. बहुधा त्यांनीच तिला वाचवण्याचा प्रयत्न केला असावा. इतर लोक मात्र भयचकितपणे लांब होते. त्या छिन्नविच्छिन्न देहाजवळ जाण्याचा त्यांना बहुधा धीर होत नसावा.

मंडळी एकमेकांत खूप जोरजोराने बोलत होती. तो आल्यानंतर मात्र सगळे एकदम चिडीचूप झाले.

अभिनयाची खरी कसोटी आत्ताच होती. तो काही न बोलता एकदम डोके धरून खाली बसला. मोठमोठ्याने रडण्यापेक्षा हेच सोपे होते. त्याला अतिशय मोठा धक्का बसला आहे, हे सर्वांना पटले.

नंतरच्या गोष्टी नेहमी होतात, तशा होत गेल्या. धक्का बसल्याचा अभिनय रमणने कायम ठेवला. प्रेत बाहेर काढताना मात्र कसे कोण जाणे, त्याला एकदम धो धो रडू आले. ते बरेचसे खरोखरीचे होते. आपल्या हातून काय घडले, असे वाटून कदाचित्, पण त्याला रडू आले खरे.

कुणीतरी तार करून त्याच्या वडिलांना बोलावून घेतले. कांतीभाई आले. सुरेश आला. सगळ्यांनी ठराविक शोक केला. सहा महिन्यांचा ज्योतीवर केलेला खर्च नुसत्या दागिन्यांमध्येच भरून निघतो आणि पाच हजार वर उरतात, असा हिशेब मनाशी करून ते सुखावले. रमणला काही दिवस त्या घरात राहणे कठीण जाईल, दु:खाचा अभिनय फार काळ करता येणार नाही, शेजाऱ्यांना संशय येईलसे काही तो करील, हा धोका ओळखून त्यांनी त्याला गावी पाठवायचे ठरवले. माळावरच्या बंगल्याची चावी देऊन त्याची तिसऱ्याच दिवशी रवानगी केली. बंगला रिकामाच होता. एक गडी कायम ठेवला होता, तो अधुनमधून येऊन झाडलोट करून जाई, एवढेच.

रमणला बापूंची ही कल्पना भलतीच आवडली होती. मुंबईच्या जागेपासून आणि शेजाऱ्यांपासून थोडे दिवस तरी दूर जाता आले, तर ते त्याला हवेच होते. उत्साहाने तो गावी निघून आला.

दोन दिवस या गडबडीत गेले. लोकांची जाणीयेणी, तीच तीच बोलणी. दोन रात्री झोपेशिवाय गेल्या.

आणि आता तिसरीही रात्र झोपेवाचून चाललेली.

सिगरेटच्या धुराबरोबर रमणला काल वर्तमानपत्रात आलेल्या बातम्या आठवतात. एकेकीचे मथळे डोळ्यांपुढून सरकतात : 'तरुण स्त्रीचा जळून मृत्यू', 'स्टोव्हवर पेटून गृहिणीचा अंत', 'हृदयद्रावक अपघात' - अपघात - अपघात - ही एक चांगली गोष्ट – कुणालाही संशय नाही! कुठेही वेगळे काही असल्याबद्दल नाव नाही! पोलिसांचे लफडे मागे लागण्याचा धोका उरलेला नाही!

पण झोप! फक्त झोप यायला हवी!

माळ्याला तरी ठेवून घ्यायला हवे होते! निदान त्याच्याबरोबर चार गप्पा मारता आल्या असत्या. पण 'उद्या ये' म्हणून सांगून पाठवून दिला, हेच एका परीने उत्तम झाले. कारण त्याच्याशी बोलतानादेखील दुःखी नवऱ्याची भूमिका करावीच लागली असती. आणि गेल्या तीन दिवसांत तोच तो अभिनय करून करून भलता कंटाळा आला होता.

बिचारी! - काही कळायसवरायच्या आत मरून गेली. काय झाले हे तिच्या लक्षात आले असेल का? आले असेल - कारण तिने आपल्याकडे वळून पाहिले; पण तोंडून किंकाळी उठायच्या आतच ज्वाळांनी तिला वेढून टाकले असेल, खालच्या मजल्यापर्यंत तिचा आवाज ऐकू जाऊन मंडळी येईपर्यंत सारे काही हाताबाहेर गेले असेल –

काही का असेना, बेत तर पार पडला!

आता पुढचा भाग सोपा आहे. वीस हजार हुंडा — जामखेडीची इस्टेट!

रमण हलकेच टिचकी मारून सिगरेटची राख झाडतो.

राख खाली पडते.

आणि राखेबरोबर एक ठिणगी.

पण ठिणगी खाली पडत नाही. ती उडून चादरीच्या एका टोकावर जाऊन पडते.

रमणचे लक्षच नाही. तो सिगरेटचा धूर सोडीत आढ्याकडे पाहात पडलेला.

ठिणगी हळूहळू चादरीचे टोक जाळू लागते.

तेवढे टोक खाऊन ठिणगीची एक ज्वाला तयार होत चाललेली.

ज्वाला हळूहळू सगळ्या चादरीचा फन्ना उडवते.

जाळ हळूहळू वर चढू लागतो.

जाळ रमणच्या हाताशी येतो.

हाताला चटका बसताच रमण उठून बसतो. समोर जे दिसते, त्याने तो चकित होतो. बिछान्याच्या एका बाजूने लपलपा जिभा हलवीत ज्वाला नाचताहेत.

पण रमण ओरडत नाही. जागचा उठतही नाही.

भारलेल्या माणसासारखा तो नुसता समोर पाहत राहतो. फडा काढून सावकाश भक्ष्याच्या रोखाने येणाऱ्या सर्पाकडे, भक्ष्याने निश्चलपणे पाहात राहावे, तसा.

एव्हाना सबंध बिछाना पेटलेला. त्याची उष्णता खोलीत जाणवू लागलेली.

सगळी शक्ती गोळा करून रमण बिछान्यावरून उठून उभा राहतो.

आपला गंजीफ्रॉक पेटल्याचे त्याच्या त्याच वेळी ध्यानात येते.

तो मदतीसाठी ओरडू लागतो- 'धावा-धावा, आग आग!'

पण जबडा नुसताच हलतो. आवाज फुटत नाही.

पेटत्या गंजीफ्रॉकचे चटके अंगाला लागू लागतात.

अंगातले कपडे काढून टाकले पाहिजेत — पण हालचाल होत नाही. हात हालतात ते नुसते ज्वाळांना प्रतिकार म्हणून! ते कपडे काढू शकत नाहीत.

खोलीतले सगळे कपडे आता पेटलेले.

जिथे तिथे एक एक गोष्ट जाळ गिळीत असलेला.

ती — ती अशीच गेली! — आपणही आता असेच जाणार! तिच्यामागून! नव्हे, ती तशी गेली म्हणूनच आपण असे जाणार! ती जाळ अंगाभोवती लपेटून घेऊन मेली! तिचे ज्वाळांचे दूत आपल्याला बोलावून घ्यायला आले आहेत!

बधीर होत चाललेल्या मेंदूला हे असे काहीतरी विचार कां सुचतात?

यातून सुटायचे कसे हे कां नाही सुचत?

की ही शिक्षाच आहे? आपल्या गुन्ह्याचे हे प्रायश्चित्त आहे? आणि यातून सुटकाच नाही? अशा सुटकेची अपेक्षा करणे हेच चुकीचे आहे?

गुन्हा लाजिरवाणा होता. केवळ पैशांसाठी आपण आपल्या बायकोला जाळून ठार मारलं?

याच — याच वेदना — या समजायला हव्यात आपल्याला. ती आपली पत्नीच होती. तिच्या वेदना त्या आपल्या वेदना. आपण त्या तिला दिल्या — आता आपल्याला त्या कोण देत असेल?

कुणीही देईना का? पण त्यांचा स्वीकार करायला हवा — त्यापासून दूर पळता कामा नये — कारण आपण कुठेही पळालो, तरी त्या आपल्यामागून येतील. मुंबईहून त्या इथवर आल्या — इथून पळालो तर जिथे जाऊ तिथे येतील!

आणि पळणार तरी कसे? पाय उचलताहेत तरी का?

सारं शरीर बधीर होत चाललंय — चटकेसुद्धा जाणवण्याच्या पलीकडे गेलेत! पण नाही — असे होऊन चालायचे नाही. मला जगायचेय. ती गेली तरी मला राहायचेय. ती मेली तरी मला जिवंत राहायचेय.

कुणीतरी या — मला यातून बाहेर काढा!

कुणालाच का माझा आवाज ऐकू येत नाही? मी इतक्या मोठमोठ्याने आक्रोश करतोय – मग तोंडून शब्द फुटत कसा नाही?

नको फुटू दे शब्द. नको करू दे कुणी मदत. मी स्वत: पळून जाईन. स्वत:च स्वत:ची सुटका करून घेईन.

मोठ्या कष्टाने हालचाल करीत तो दारापर्यंत येतो.

पण दारावरच्या मोठ्या फुलांच्या पडद्यांनीही पेट घेतलेला. निरुपाय

होऊन तो मागे वळतो.

सबंध खोलीभर ज्वाळांचे तांडव चाललेले. खोलीचा एक इंच ज्वाळांनी ग्रासायचा शिल्लक ठेवलेला नाही.

ज्वाळा-पिवळ्या, सोनेरी, केशरी ज्वाळा — आतापर्यंत त्या गप्प होत्या... आता त्या कडकड कड करून दातओठ खाल्ल्यासारखा आवाज करू लागलेल्या — छताला जाऊन भिडलेल्या...

एक ज्वाळाच झालेला रमण पलंगापाशी येऊन त्यावर अंग टाकतो.

चारी बाजूंनी ज्वाळा येऊन त्याच्यावर झेपावतात.

ज्वाळांनी त्याला जवळ घेतलेले असते. त्याचे पाप धुवून काढून त्याला स्वच्छ केलेले असते. आपल्या मांडीवर ठेवून त्या त्याला आईच्या मायेने आंदुळत असतात.

झोप येईल... आता तरी शांत झोप येईल...'

शांत... अगदी शांत...

सकाळी माळी येऊन हाकावर हाका मारतो.

कुणीही दार उघडत नाही. म्हणजे? मालक रातोरात निघून तर गेले नाहीत?

पण हे कसे शक्य आहे? दाराला कुलूप तर नाही!

शेवटी नाइलाजाने तो पाठीमागच्या छोट्या दरवाजाशी जातो. लाथा मारून, त्याची सैल असलेली कडी उघडतो आणि घरात प्रवेश मिळवतो.

मालकाच्या झोपायच्या खोलीशी येतो.

हाका मारतो — 'मालक, मालक!'

पण उत्तर नाही. त्याला भयंकर शंका येते. तो बिछान्याशी येऊन रमणच्या अंगाला हात लावतो.

शरीर थंडगार पडलेले.

तो भीतीने आजुबाजूला पाहतो.

खोली अगदी जशी होती तशी आहे.

फक्त जमिनीवर सिगरेटची राखच राख पडलेली!

आणि रमणच्या बोटात एक सिगरेट - विझलेली!

■

ड्रॅक्युला

मध्यरात्र उलटलेली.

अमावास्येचा गडद काळोख.

आभाळ संध्याकाळपासूनच ढगाळलेले. एकही तारा दिसत नाही.

वाट रानातली. हमरस्त्यापासून दूर.

...आम्ही चौघे चालतो आहोत.

मी, मिलिंद, चव्हाण आणि शेवडे.

एकमेकांच्या खांद्यावर हात टाकून. एकमेकांचे हात पकडून. एकमेकांना बिलगून. चिकटून.

वाट पायाखालची आहे, म्हणूनच चालणे शक्य; नाहीतर एक मिणमिणता टॉर्च कुठे पुरा पडणार? त्यामुळे काळोख मात्र अधिकच गडद वाटायला लागतो.

फक्त आमच्या पायांचा आवाज. आणि झाडीत किरकिरणारे रातकिडे.

चिकटून चालतो ते केवळ वाट सापडावी म्हणून नव्हे. खड्डे चुकावेत म्हणूनही नव्हे.

पण सगळेचजण भीतीने पछाडले आहेत.

रात्र अमावास्येची.

प्रत्येकाच्या मनात एका अमानुषाची चाहूल.

पान सळसळले, तरी कुणी आले, असे वाटते.

दोस्ताचा हात खांद्यावरून पडला, तरी कुणी धरले असे वाटून दचकायला होते.

— आम्हा चौघांच्याही मनात हेच विचार येताहेत... भीतीचे! चौघेजण

चित्रपट पाहून हॉस्टेलवर परत चाललेलो.

चित्रपट होता : ड्रॅक्युला.

पाठीमागे जमिनीवरून सरपटत येणारा काळा, लांब, मखमली झगा... पांढराफटक चेहरा, जबडा उघडताच दोन्ही कडांना लखलखणारे लांडग्याचे सुळे... रक्ताळलेले ओठ आणि डोळे... समोरच्या माणसाला जागच्या जागी खिळवून ठेवणारे डोळे...

ते डोळे आत्ताही समोरच्या काळोखातून आपल्याकडे पाहताहेत, असा भास होतो. वाटते, कुठल्याही क्षणी टपटप आवाज करीत काळ्या घोड्यांची गाडी येऊन समोर उभी राहील... आणि त्यातून उतरेल तो... काळ्या झग्याचा, पांढुरक्या चेहऱ्याचा, लालभडक ओठांचा... काउंट ड्रॅक्युला...

ड्रॅक्युला... माणसाचे रक्त पिणारा. एकदा प्याल्यानंतर त्या रक्ताची चटक लागून माणसाला पुरते शोषणारा...

प्रथम त्या माणसाच्या गळ्याजवळ एक दिसेल न दिसेल असे लहानसे छिद्र... मग हळूहळू तो माणूस रक्त सरून फिकट पडत चाललेला... हळूहळू कोरडा पडलेला... त्याच्या रक्तावर पोसत चाललेला ड्रॅक्युला... काऊंट ड्रॅक्युला रात्री फिरणारा, दुपारी निद्रिस्त असलेला ड्रॅक्युला.

ड्रॅक्युलाचे अनेक साथी त्याच्यासारखेच रात्री फिरणारे — दुसऱ्याचे रक्त शोषणारे. त्यावरच पोसणारे. मध्यरात्रीनंतरच्या काळोखात या एकांत वाटेवर... ड्रॅक्युला डोळ्यांसमोर येत राहतो.

चौघांमधे मिलिंद अतिशय भित्रा आणि नाजूक आहे. मी त्याच्या खांद्यावर हात लपेटलेला... माझ्या आणि चव्हाणच्या मधून तो चालतो आहे... एकसारखा कावऱ्याबावऱ्या नजरेने आजुबाजूला पाहातो आहे... पुन्हा पुन्हा मागे वळून पाहतो आहे.

त्याच्या काळजाने ठाव सोडलेला... ड्रॅक्युलाच्या भीतीने तो कदाचित आज रात्री झोपणारसुद्धा नाही.

त्यातून त्याचा रूमपार्टनर नामदेव विचित्र आहे —अगदी अबोल. बोलेल न बोलेल. नुसता पाहात राहील. नजर रोखून.

तो आज सिनेमाला आला नाही; त्याला सगळ्यांबरोबर सिनेमाला जाणे आवडत नाही... मित्रमंडळीत मिसळायला आवडत नाही — एकलकोंडा आहे हा नामदेव.

आता वाटते नामदेव आला नाही, तेच बरे झाले. आम्ही चौघे मारे उशिरा परत येण्यासाठी खास परवानगी वगैरे काढून सिनेमाला गेलो. थिएटर तसे लांब पार गावात. आणि आमचे हॉस्टेल... गावाबाहेर म्हणावे एवढ्या

अंतरावर. मधे किर्रर झाडीतल्या या पायवाटा... आता वाटते ड्रॅकुला रात्री उगाच पाहिला...

तसे मी, शेवडे आणि चव्हाण, मिलिंदसारखे भित्रे नाही. पण उगाच काहीच्या बाही मनात येते, दुसरे काय?

कशीबशी वाट संपते... आम्ही हॉस्टेलवर परत येतो —

हॉस्टेलची इमारत किल्ल्यासारखी... मधल्या काळात कुणाची तरी गढीच होती म्हणे ती. उंच निमुळती इमारत... काळ्याशार दगडांनी बांधलेली... समोर हिरवळ... मागे समुद्र. लाटांचा आवाज या शांत प्रहरी ऐकू येतो आहे. समुद्र आज खवळल्यासारखा वाटतो आहे –

एकदाचे आम्ही हॉस्टेलजवळ पोहोचतो. हिरवळीवरूनच हॉस्टेलकडे नजर टाकतो.

तो काळाकभिन्न किल्ला शांत झोपला आहे. फक्त एकाच खिडकीत उजेड –

खिडकीत एक उंच आकृती आमच्याकडे पाहत स्थिर उभी... चादर पांघरलेली, पांढुरक्या चेहऱ्याची.

क्षणभर आमच्या काळजाचा ठोका चुकतो.

मिलिंद मला बिलगतो.

'घाबरतोस काय वेड्या?' मी त्याला म्हणतो — 'तो नामदेव आहे!'

नामदेव काटकुळा, उंच आणि गोरटेला आहे. जराशी थंडी पडली किंवा पावसामुळे हवेत गारवा आला तरी तो अंगावर चादर पांघरून घेतो — बाकी आमची वाट पाहत त्याला इतका वेळ जागत राहण्याचे कारण काय? दुसरा कोणी असता तर केव्हाच गाढ झोपी गेला असता.

मी मिलिंदला म्हणतो, 'तुला भीती वाटत असेल, तर तू माझ्याच खोलीत कां नाही झोपत?'

मिलिंद तयार झालासा वाटतो; पण मग म्हणतो, 'नको. मी आमच्याच खोलीत झोपेन. नामदेव वाट पहात जागा राहिला आहे....'

सकाळीच उठून मिलिंद माझ्या खोलीवर येतो. त्याचा चेहरा ओढलेला. रात्री बहुधा त्याला झोप नीट लागली नसावी, भीतीने बहुतेक. अजूनही त्याची भीती नीटशी गेलेलीच नाही.

मी त्याला चहा पाजतो. म्हणतो, 'काय रे, अजून कालचा ड्रॅक्युला गेला

नाही वाटतं डोक्यातून?'

तो भयभीत नजरेने इकडे-तिकडे पहातो. मग म्हणतो, 'उगाच पाहिला रे आपण तो सिनेमा!'

'काय झालं?' मी थोडा काळजीत पडून विचारतो.

मला मिलिंदची नेहमीच काळजी वाटते. एखाद्या भित्र्या सशासारखा आहे तो. सदा अवघडलेला असतो. गोरागोमटा मिलिंद, नाकीडोळी इतका रेखीव आहे की एखाद्या देखण्या मुलीसारखा वाटतो. माझ्यावर त्याचा मोठा विश्वास! काहीही घडले, की तो ते मला प्रथम येऊन सांगतो. मीदेखील त्याला वडीलधाऱ्या माणसासारखा सल्ला देतो.

'काय झालं, मोकळेपणानं सांग.' मी त्याच्या खांद्यावर हलकेच थोपटत विचारतो.

'काही नाही. कदाचित माझाच खुळेपणा असेल — त्यात घाबरण्यासारखं काहीच नसेल. पण मला उगीचच भीती वाटली. काल रात्री...'

'पण झालं काय ते तर सांग.'

'मी काल ब्रेड आणून ठेवला होता. रात्री खायला. तुला माहितेय नं, संध्याकाळी लवकर जेवलं तर मला नीट जेवण जात नाही. आणि रात्री भूक लागते. म्हणून आणला होता ब्रेड — झोपताना खायला. तर तो — तो मी कापायला गेलो.'

'मग काय झालं?'

'एकदम दारात मोठी सावली पडल्यासारखं वाटलं म्हणून मी दचकलो. तो होता नामदेवच. बाथरूमला जाऊन आला होता. पण मी दचकलो. तेवढ्यात ब्रेड कापायची सुरी बोटाला लागली आणि बोट कापलं.'

'एवढंच ना?' मी निःश्वास टाकून विचारतो, 'बघू कुठं कापलं ते?'

तो हात पुढे करतो. मऊमऊ, रेशमासारखा हात! कोण म्हणेल हा हात पुरुषाचा आहे?

मी बोट पाहातो. फार मोठी जखम नाही. तरीही मी गंभीरपणे म्हणतो, 'बरंच कापलंय. काही लावलंस की नाही औषधबिउषद!'

'त्यात विशेष काही नाही रे. होईल बरं.' आवाज अगदी खाली आणत मिलिंद म्हणतो, 'मला काही वेगळंच सांगायचंय.'

त्याच्या हलक्या आवाजाने दचकून मी विचारतो, 'वेगळं? वेगळं काय?'

'माझं बोट कापलं ना, तेव्हा रक्त वाहायला लागलं. ते वाहाणारं रक्त पटकन कसं थांबवावं, ते मला सुचेचना. मी इकडं-तिकडं बघायला लागलो. एवढ्यात नामदेव पुढे आला आणि त्यानं बोटावरचं रक्त चोखून घेतलं.'

'मग त्यात काय झालं? खरं म्हणजे तू स्वत:च रक्त चोखून घ्यायला हरकत नव्हती...'

'मी घेतलं असतं... म्हणजे मला सुचलं असतं तर...! पण मग त्यात काही विशेष नव्हतं. पण नामदेवनं असं केलं म्हणून मला जरा... दुसरं काही नाही – पण उगाचच भीती वाटली.'

मी काहीच बोलत नाही. कोण जाणे! पण त्याला अधिक घाबरवणे मला बरोबर वाटत नाही.

चारदोन दिवसांनंतरचीच गोष्ट. सकाळची वेळ. मिलिंद माझ्याकडे घाईघाईने येतो.

'त्या दिवशी तू म्हणालास की, असल्या गोष्टीत काही तथ्य नसतं.' मिलिंद म्हणतो, 'पण आजचा प्रकार इतका भयंकर आहे —'

मी त्याला प्यायला पाणी देतो. कॉटवर बसवतो. त्याची धाप कमी होईपर्यंत त्याला बोलू देत नाही. मग विचारतो, भयंकर प्रकार काय घडला ते.

'बोट कापलं आणि जवळपास दुसरं काही नसलं तर एक वेळ कुणी ते चोखेल.' मिलिंद वाद घातल्यासारखे म्हणतो — 'पण आज बघ... मी दाढी करीत होतो. नामदेव पलीकडे वाचत बसला होता. माझा चेहरा, मला वाटतं, त्याला आरशात दिसत होता — मी दाढीसाठी आज नवीन पातं काढलं होतं. दाढी गुळगुळीत करता करता एकदम माझ्या गळ्याच्या इथे कापलं.' मिलिंद थांबतो. आजुबाजूला दबल्यासारखा पहातो.

'मग काय झालं?'

'रक्ताचा एक थेंब दिसायला लागला. पाहता पाहता तो मोठा झाला आणि एक छोटा ओघळ माझ्या गळ्यावर आला.'

'असं पुष्कळदा होतं नवं पातं असलं की.'

'पुढं ऐक ना,' मिलिंद सांगतो, 'नामदेव वाचत बसला होता ना, तो अगदी झडप घातल्यासारखा उठला. आणि त्यानं आपल्या जिभेनं माझ्या गळ्यावरचा तो रक्ताचा ओघळ चाटून घेतला –' सांगता सांगता मिलिंदच्या अंगावर शहारे येतात.

'मला भयंकर कसंतरीच झालं.' मिलिंद पुढे सांगतो — 'मी त्याला विचारणार होतो, हे असं कां केलंस म्हणून. पण त्या आधीच — माझा चेहरा पाहून तो ओशाळवाणा झाला. म्हणाला, 'सॉरी हं - लहानपणीच मला वडिलांनी सांगितलं होतं, की माणसाचं रक्त फार किमती असतं. काहीही झालं तरी ते फुकट जाऊ द्यायचं नाही... तेव्हापासून मला ही खोडच लागलीये.'

मी विचारात पडतो. मग म्हणतो, ‘पण त्याला जर ही खोडच आहे, तर यापूर्वी कधी त्यानं असं काही केलंच असेल...’

‘असेल; माझ्या नव्हतं अजूनपर्यंत लक्षात आलं. निदान त्याचा अर्थ तरी माझ्या आत्ता आत्ताच ध्यानात यायला लागलाय्.’

काही क्षण शांततेत जातात... आम्ही दोघेही जसे काही एका अतर्क्य गोष्टीची चाहूल घेत असतो.

या प्रकारानंतर मी ठरवून टाकतो, की मिलिंदला माझ्याच खोलीवर राहायला बोलवायचे.

मला वाटते की मी हा प्रस्ताव केल्याबरोबर मिलिंद अगदी उत्साहाने तो उचलून धरील; पण नाही. तो आपली खोली सोडायला मुळीच तयार होत नाही. मी याचे कारण त्याला खोदून खोदून विचारतो. पण तो सांगायला तयार होत नाही.

मी दुखावतो... मिलिंदने माझ्या विश्वासाची ही अशी परतफेड करावी?

चव्हाण आणि शेवडे आमचे जवळचे मित्र.

मी त्यांना विश्वासात घेतो.

दोन्ही घटना सांगतो. ते चक्रावतात.

प्रथम त्यांचा विश्वासच बसत नाही... किती तरी वेळ ते विचार करीत राहतात... एकमेकांत हलकेच काहीतरी बोलत राहतात... मग मला विचारतात, ‘तुला काय वाटतं?... असं काही असेल?’

‘मला काहीच समजत नाहीये. म्हणून तर मी तुमचा सल्ला घेतला.’ मी म्हणतो.

‘काहीही असलं तरी पहिल्याप्रथम मिलिंदला त्या — त्याच्या खोलीतून बाहेर काढायला हवं...’

‘मलाही पटतंय्. पण तो स्वतः तयार नाही.’

‘कां?’

‘त्याचं कारणही सांगायला तो तयार नाही.’

‘नाही कसं? त्यानं सांगितलंच पाहिजे. नाहीतर दोस्तीला अर्थच काय राहिला?’

शेवटी मिलिंदला बोलावून घेतले जाते. नामदेवची खोली न सोडण्याचे कारण विचारले जाते.

‘तुला तो काय म्हणेल याची भीती वाटते का? तसं असेल तर आम्ही त्याला विचारतो.’ चव्हाण म्हणतो.

शेवटी मिलिंद खरे कारण सांगून टाकतो —

'मला दुसऱ्या कुणाला कळू द्यायचं नव्हतं; पण नामदेवला ते माहीत आहे.'

'पण काय?'

'मला झोपेत चालायची सवय आहे.' मिलिंद सांगतो.

आम्ही रेक्टरची परवानगी काढून मिलिंदला माझा रूमपार्टनर करून घेतो.

नामदेवला कसे वाटले असेल कोण जाणे! तो निदान बोलला तरी काहीच नाही. मग त्याच्या मनात काय विचार आले असतील, ते असोत!

मिलिंदच आपली मूळ खोली सोडायला थोडा नाखूष वाटतो. मी त्याची परोपरीने समजूत घालतो. त्याला तसे बोलून दाखवीत नाही. पण त्याची मूळ खोलीविषयीची ही ओढ मला फारशी आवडत नाही. पण असू दे. या खोलीतही तो थोड्या दिवसांत रुळेल!

मिलिंद माझ्या रूममध्ये रहायला आल्यानंतर थोड्याच दिवसांतली गोष्ट.

मला एकाएकी मध्यरात्री जाग येते.

कशाने जाग आली? भिंतीला लगटून वाढणारी पाणवेल तावदानावर टपटप वाजतेय् त्या आवाजाने?

की दूर कुठेतरी कुत्री विव्हळताहेत, त्या आवाजाने?

कशानेही असो, पण मी मधेच जागा होतो, एवढे खरे.

उठतो, दिवा लावतो. पाणी पितो.

दिवा मालवण्यापूर्वी माझी नजर सहज मिलिंदच्या कॉटकडे जाते.

त्याचे अंथरूण रिकामे असते.

माझ्या छातीत धस्स होते. गेला कुठे हा?

पण मी वेडेवाकडे विचार करीत नाही.

गेला असेल बाथरूममध्ये, असा विचार करून मी मनाची समजूत घालतो, मिलिंदची वाट पाहात राहतो.

पाच मिनिटे जातात - दहा मिनिटे जातात.

मिलिंद येत नाही.

मला सुचेनासे होते. विचार करीत मी फेऱ्या घालत राहतो.

फेऱ्या घालता घालता मी खिडकीकडे जातो.

आणि खिडकीच्या बंद काचेतून मला जे दिसते...

कदाचित नीट दिसले नसेल, म्हणून मी खिडकी उघडतो.

बाहेर स्वच्छ चांदणे पडलेले असते.

चांदण्यात हिरवळीवर दोन काळ्या आकृती बसलेल्या दिसतात.

नक्कीच!...नक्कीच तो मिलिंद! आणि बरोबर... नामदेव!

मी खिडकीतून मोठमोठ्याने हाका मारतो, 'मिलिंद –'

आकृतींची हालचाल होते.

त्या उठून हॉस्टेलच्या रोखाने येऊ लागतात.

मी भयंकर संतप्त. याचा अर्थ काय? एका बाजूने हा मुलगा नामदेवच्या विचित्र वागण्याची भीती वाटते, अशी तक्रार माझ्याजवळ करतो, आणि दुसऱ्या बाजूने मध्यरात्रीच्या वेळेस त्याच्याबरोबर जाऊन हिरवळीवर बसतो?

ज्याच्याविषयी भीती वाटते, त्याच्याविषयी वाटणारी ही ओढ — काय, आहे काय हा प्रकार?

मिलिंद येतो. दार उघडेच असते.

त्याच्या डोळ्यांवर अजूनही झोप आहे.

तो येतो, आणि काहीही न बोलता अंथरुणावर अंग टाकतो. दुसऱ्याच क्षणी गाढ झोपी जातो.

मी मात्र रात्रभर विचार करीत जागाच राहतो.

सकाळी मी चव्हाणला आणि शेवडेला बोलावून घेतो. रात्री काय झाले, हे सविस्तर सांगतो. मिलिंदच्या समोरच.

मिलिंदला ते सारे पुसट आठवत असते. 'मला वाटतं, मी झोपेतच चालत नामदेवच्या खोलीपर्यंत गेलो. दार वाजवलं. मला पाहून तो बाहेर आला. तोवर माझी झोप थोडीशी उडाली. आम्ही बाहेर पडलो आणि हिरवळीवर जाऊन बसलो. यात नामदेवची काय चूक? त्यानं काहीसुद्धा केलेलं नाही.'

पण तो हे बोलत असताना शेवडेचे लक्ष त्याच्या गळ्यावर खिळलेले असते.

'हे काय झालं?' तो विचारतो, 'हे कशानं झालं?'

मिलिंदच्या गोऱ्यापान गळ्यावर काहीतरी टोचल्यासारखा एक ताजा काळा डाग दिसत असतो.

तो तिथे कसा आला हे मात्र मिलिंदला सांगता येत नाही.

त्या दिवसापासून कसा कोण जाणे मिलिंद अशक्त होत जातो.

'नाजूक असला तरी मिलिंद मूळचा अशक्त नाही. पण अलीकडे त्याला विलक्षण थकवा वाटत असतो. दिवसभर डोळ्यावर झोप येत राहाते आणि

चेहरा विलक्षण ओढल्यासारखा वाटतो.

रात्री मी मिलिंदवर पहारा केल्यासारखा जागत रहातो. पण मला काही मिलिंदसारखा थकवा जाणवत नाही.

मिलिंदची तब्येत दिवसेंदिवस खालावत चाललेली.

मी, शेवडे आणि चव्हाण त्याला डॉक्टरकडे घेऊन जातो. डॉक्टर त्याला इंजेक्शन देतात. गोळ्या–औषधे देतात.

पण मिलिंदवर औषधांचा फारसा काहीच उपयोग झालेला दिसत नाही. त्याचा फिकटपणा वाढलेला, शरीरातले रक्त जसे काही आटत चाललेले.

तशात त्या दिवशीचा तो प्रसंग —

अशीच मध्यरात्रीची वेळ.

मला मधेच जाग येते.

अलीकडची नेहमीची सवय — जाग आली की मिलिंदच्या बिछान्याकडे नजर टाकायची.

पण मिलिंद बिछान्यात नाही.

तो कुठे असेल, हे मला चांगले ठाऊक असते.

मी शेवडे आणि चव्हाणच्या खोलीवर जातो.

त्या दोघांना उठवतो. मिलिंद खोलीत नसल्याचे सांगतो.

आम्ही तिघेही एकमेकांत अधिक चर्चा न करता नामदेवच्या खोलीवर जातो.

दार लोटून घेतलेले असते. आम्ही ते ढकलून आत शिरतो.

आम्हाला जे पहायला मिळते ते विलक्षण धक्का देणारे असते!

पलंगावर मिलिंद पडलेला असतो. निश्चल. त्याचे डोळे मिटलेले.

नामदेव त्याच्याजवळ उभा. त्याच्यावर ओणवलेला त्याचा चेहरा. मिलिंदच्या चेहऱ्याचा अगदी निकट.

आम्ही धावतच त्याच्याजवळ जातो. 'काय करतोयस तू त्याला?' मी विचारतो.

आत्ता कुठे नामदेवचे लक्ष आमच्याकडे जाते.

'काही नाही. मी त्याला शुद्धीवर आणण्याचा प्रयत्न करतोय.' नामदेव सांगतो.

'शुद्धीवर? म्हणजे काय, केलंस काय तू त्याला?'

'मी — मी काही नाही केलं. तो बेशुद्ध पडला. एकाएकी घेरी आली त्याला.'

‘पण तो इथं आलाच कसा?’

‘आपणहून आला. बहुधा झोपेतच.’

आम्ही बोलण्यात अधिक वेळ घालवत नाही. हर प्रयत्नांनी मिलिंदला शुद्धीवर आणतो.

त्याला काही विचारण्यात अर्थ नसतो. त्याला नीटसे काही सांगता येत नाही. तो अजूनही झोपेत असतो.

आम्ही त्याला कसेबसे खोलीवर परत घेऊन येतो.

त्याच्या गळ्यावरचे लाल छिद्र मात्र आता अधिकच स्पष्ट होऊ लागलेले.

सोडावॉटरच्या दुकानाच्या मागच्या खोलीत मी, शेवडे आणि चव्हाण एकत्र जमलेलो.

ही आमची नेहमीची बसण्याची जागा — खास खलबते करायची असल्यास.

आम्हा तिघांनाही मिलिंदची विलक्षण काळजी पडलेली.

‘मला नाही वाटत, मिलिंद यातून जगेल, असं.’

‘दिवसेंदिवस भयंकर अशक्त होत चाललाय.’

‘केवळ अशक्तपणानंच त्याला या घेऱ्या वगैरे येतात.’

‘दररोज त्याचं रक्त जसं काय शोषलं जातंय.’

‘त्याच्या गळ्याकडचं ते छिद्र अधिकाधिक ठळक होत चाललंय.’

‘या साऱ्याच्या मागं तोच आहे — तो नामदेव!’

‘पण मिलिंद रात्री झोपेतच चालत त्याच्याकडे जातो.’

‘त्याला मिलिंद काय करणार? नामदेव त्याला आपल्याकडे बोलावून घेतो, त्याच्या नकळत.’

‘भयंकर आहे हे सारं! भयंकर!’

‘आपण तो सिनेमा पाहिला नसता तर आपल्याला या साऱ्याचा अर्थही कळला नसता...’

‘मिलिंदला वाचवलंच पाहिजे —’

‘त्याला वाचवायचं तर नामदेवला नाहीसं केलं पाहिजे.’

‘काय म्हणालास? नामदेवला नाहीसं करायचं?’

‘त्यात काय वाईट आहे? व्हॅम्पायर — हे रक्त शोषणारी पिशाचं — ही भयानक गोष्ट जगात राहू देणं बरोबरच नाही...’

‘कोणी करायचं पण हे? या रक्त शोषणाऱ्याला कुणी नाहीसं करायचं?’

‘आपणच! मिलिंद आपला मित्र आहे. त्याच्यासाठी आपण काय वाट्टेल ते करायला तयार असलं पाहिजे.’

मध्यरात्र उलटलेली.

अमावास्येचा गडद काळोख.

वाट रानातली. हमरस्त्यापासून दूर.

— आम्ही तिघे चाललो आहोत.

मी, चव्हाण आणि शेवडे.

एकमेकांच्या खांद्यावर हात टाकून. एकमेकांचे हात पकडून. एकमेकांना बिलगून, चिकटून, लपतछपत.

थोड्या अंतरावर, काळोखातून वाट काढत चाललेल्या नामदेवला चाहूल लागणार नाही, अशा बेताने.

शेवडेच्या हातात एक लाकडाचा तुकडा. त्याला इतके धारदार टोक काढलेले, की ते सुऱ्यासारखे आत घुसावे.

चव्हाणच्या हातात हातोडा.

अधुनमधून नामदेव मागे पाहातो. पण काळोखात आम्ही कुणी दिसत नाही. तो भराभर चालू लागतो.

त्या दिवशी तो आमच्याबरोबर सिनेमाला आला नाही, पण नंतर कुणीतरी त्याला 'ड्रॅक्युला'विषयी सांगितले असावे. कुठल्या का कारणाने होईना, पण त्याला तो सिनेमा पाहावासा वाटला असणार. त्यासाठीच तो आज एकटा सिनेमाला जाऊन आला! नाहीतरी तो कुठेही एकटाच जातो. त्याला मित्रमंडळी नाहीतच.

आम्ही तिघे एकमेकांना खुणा करतो.

मग एका क्षणी तिघेही एकदम धावत जाऊन नामदेवला घेरतो.

शेवडे आणि चव्हाण त्याच्या समोरून येतात, मी मागून.

नामदेवला पळायला वेळच मिळत नाही.

मी पाठीमागून त्याच्या मानेवर एक फटका लगावतो. तसा तो जमिनीवर उताणा पडतो.

ताबडतोब शेवडे त्याच्या छातीत लाकडाचा तो तुकडा खुपसतो. चव्हाण त्या तुकड्यावर वरून हातोडीने घाव घालत रहातो — तो पार आत पोहोचेपर्यंत.

एकच, हृदय फोडणारी किंकाळी.... रक्ताचे कारंजे...

तिघेही घाईघाईने तिथून पाय काढतो.

'चला — एक भयंकर शक्ती नाहीशी केली.' थकून जमिनीवर लोळण घेत शेवडे.

'मी मनाची तयारी केली होती... भयंकर काहीतरी पाहाण्यासाठी. म्हणजे सिनेमात कसं, तो लाकडी स्टेक छातीत खुपसल्याबरोबर ड्रॅकुलाचा भुगाभुगा होऊन जातो, तसं काहीतरी होईल, असं मला वाटलं होतं... पण प्रत्यक्षात नुसतं रक्त उडालं आणि तो मेला...'

'सिनेमा तो सिनेमा! प्रत्यक्षात तसं कसं होईल?' मी त्यांचे सांत्वन करतो.

प्रत्यक्षात झालं ते पुरेसं आहे. माझ्या खोलीत मी स्वत:शीच विचार करीत असतो. 'माझ्या मिलिंदला आता नामदेवची ओढ राहणार नाही. मला सोडून तो त्याच्याकडे जाणार नाही... त्याला झोपेत चालण्याची कितीही सवय असली तरी तो आता नामदेवच्या खोलीत जाणार नाही. आता मिलिंद माझा आहे! माझा एकट्याचा! आणि त्याला माझ्यापासून हिरावणाऱ्याची काय दशा होते, हे उद्या सगळ्यांना दिसणार आहे! अर्थात ती कुणी केली, हे त्यांना कळणार नाही. शेवडे चव्हाणांना तर आपण हे कां केले, हे कधीच कळणार नाही. कारण या क्षणापर्यंत त्यांना असेच वाटते आहे, की आपण एखाद्या अतिमानवी शक्तीलाच नष्ट केले आहे!

मी या क्षणी स्वत:वर भलताच खूष आहे. जवळ झोपलेल्या मिलिंदच्या डोक्यावरून मी प्रेमाने हात फिरवतो. तो गाढ झोपेत आहे. मिलिंद माझा आहे.

मी किल्ली घेऊन ड्रॉवर उघडतो. त्यात मागे लपवून ठेवलेली सिरिंज बाहेर काढतो आणि ती त्याच्या गळ्याजवळच्या शिरेत खुपसतो–!

माझे आणि मिलिंदचे रक्ताचे नाते आहे! आणि त्याच्या रक्ताची चव भलतीच छान आहे!

■

सिक्वेन्स

लोक मला चक्रम म्हणतात...

मी चक्रम नाही हे मला चांगले माहीत आहे. पण त्याबरोबरच, ते मला चक्रम कां म्हणत असतील, हेही मला ठाऊक आहे. ते चक्रम म्हणतात; कारण मी विचार करतो. एकसारखा विचार करतो.

म्हणजे विचार तसे सगळेच करतात; पण अमुक एका मर्यादेपर्यंतच. मी त्या मर्यादेपलीकडे जाऊन विचार करतो. म्हणजे असे की, अमुक एक शब्द. तर तो शब्द आला कसा? तर असे असे मूळ शब्द एकत्र आले म्हणून. आता मूळ शब्द तरी असे का? तर ते तसे आहेत म्हणून. इथे थांबतो बहुतेक जणांचा विचार.

याउलट, मी त्याहीपुढे जाऊन विचार करीत राहातो की, हा शब्द असाच कां? याचा अर्थ हाच कां? तर ही ही अक्षरे एकापुढे एक आली, म्हणजे त्यांचा अर्थ हा हा. पुन्हा तीच अक्षरे तशीच आली, तरी वेगवेगळ्या भाषेत अर्थ वेगवेगळा. आणि तशीच आली म्हणजे आणली कोणी? तर आपणच. म्हणजे त्या अक्षरांच्या एकापुढे एक येण्याला खराखुरा काही अर्थ नाही. मी ती उलटीसुलटी करतो. मग पुन्हा नेहमीसारखी म्हणतो. पुन्हा पुन्हा. एकसारखी म्हटली की अक्षरे नुसती अक्षरेच राहतात. वाटते की, त्यांचा शब्द होत नाही. त्याला अर्थ तर नाहीच नाही. आणि काय म्हणून ती एकामागोमाग एक यावीत? त्यांचा सिक्वेन्स कुणी लावून दिला? आणि लावलेला सिक्वेन्स आपण काय म्हणून मानावा?

तर असले काहीतरी विचार मी करतो, म्हणून मी चक्रम. आणि ठरवून दिलेल्या गोष्टी हे लोक विचार न करता गृहीत धरतात, म्हणून हे शहाणे.

आता अलीकडचीच गोष्ट. कधीची ते मला अगदी नेमके सांगता येणार नाही. कारण तारखा आपल्या लक्षात राहात नाहीत. 'आजची तारीख सांग' असे कुणी विचारले, तरीही मला पटकन सांगता येणार नाही. आणि करायचे असते काय तारीख नेमकी लक्षात ठेवून? कामे रोजच्या रोज होतच असतात. कालवरून आज, आजवरून उद्या पुढे चालू. आणि तशी साधारण तारीख आपल्याला माहीतच असते. एखाद्दुसरा दिवस मागेपुढे.

तर काय सांगत होतो? थोड्या दिवसांपूर्वीची गोष्ट. ऑफिसच्या काही कामासाठी मी गोव्याला गेलो होतो. गाव तसे लहान होते. त्यामानाने हॉटेल चांगले होते. म्हणजे अगदी मोठ्या गावात शोभेल असे. चांगला रंगबिंग काढून स्वच्छ केलेले. गाद्या, उशा पांढऱ्याशुभ्र. दिवे वगैरे लखलखीत. काही खोल्या खाली, काही माडीवर.

दिवसभर मी माझे काम करून दमलो होतो. जेवणही चांगले झाले होते; आणि मी आरामात सिगरेट ओढीत बिछान्यावर पडलो होतो. झोप कधी लागली ते माझे मलाच कळले नाही. बाहेर भुरूभुरू पाऊस पडत होता आणि हवेत गारवा होता. मी झोपेतच कधीतरी पांघरूण घेतले आणि अधिकच शांत झोपलो.

आता पाहा हं! ही कधीची हकिगत हे मला मुळीच आठवत नाही. सोमवार... की मंगळवार... की बुधवार? पण त्याचे काय एवढे मोठेसे? एखादा दिवस मागेपुढे.

आज – उद्या – परवा... कोण करते हे वेळांचे तुकडे? सलग वेळ एकच नाही का? म्हणजे सगळा आजच नाही का? आणि काल... काल म्हणजे होऊन गेलेला... काल होऊन गेलेला कसा असेल? काल हा नेहमी चालूच असतो. वाढत असतो. पुढे जात असतो. हिंदीमध्ये तर कल म्हणजे काल आणि कल म्हणजेच उद्यासुद्धा. मग त्या लोकांची कालउद्यांची गल्लत नसेल होत? आणि अशी झालीच तर त्यात 'आज'चे काय होत असेल?

झालेच वाटते विषयांतर? एक सांगायला लागलो, की दुसराच विचार सुचतो. आणि विचार एकदा सुचला मला की तो अगदी सांगोपांग करायची आपली सवय. त्यामुळेच लोक, चक्रम म्हणत असतील का?...

तर काय सांगत होतो? हॉटेल... पाऊस... झोप... हं! मी झोपलो होतो. अगदी गाढ.

आणि एकाएकी माझ्या कानात कसलेतरी आवाज घुमू लागले.

एक आवाज : फाड्कन काहीतरी लगावल्याचा.

आणि दुसरा : धाड्कन काहीतरी खाली पडल्याचा.

मी त्या दोन आवाजांनीच जागा झालो बहुतेक. पण खात्री नव्हती आवाज जागेपणीच ऐकले, याची. प्रत्यक्ष ऐकले की आठवण झाली, कोण जाणे!

म्हणून मी एकदम उठलो नाही. पडल्या पडल्याच ऐकत राहिलो. 'अरे देवा! मेलो मेलो!' कुणीतरी विव्हळल्याचा तिसरा आवाज कानात घुमला. आवाज अगदी जवळून आला. बहुधा शेजारच्या भिंतीमधून.

मग मात्र मी खाडकन उठलोच.

दार उघडले, आणि धावतच शेजारी गेलो.

शेजारच्या रूमचा दरवाजा सताड उघडा होता.

खोलीत एक मध्यमवयीन गृहस्थ पालथा पडला होता.

त्याच्या डोक्यातून रक्त भळभळ वाहात होते.

शेजारीच रक्ताने माखलेला एक सोटा पडला होता. समोरच पत्त्यांचा डाव मांडलेला होता. मी हात लावून पाहिले. शरीर थंडगार होते.

बिचारा! त्याचे टक्कल तर एका घावातच फुटलेले दिसत होते. अंगात पट्ट्यापट्ट्यांचा नाइट-सूट होता. झोपेतच कुणी त्याला मारले की काय? काम साधेसुधे नव्हते. म्हाताऱ्याचा खून झाला होता आणि खुनी पळून गेला होता.

पण मी विचार करीत काय राहिलो? आधी जाऊन मॅनेजरला कळवायला हवे होते!

मी तसाच खोलीवर आलो. अंगात शर्ट चढवला. पायात चपला घातल्या, आणि खोलीला कुलूप लावून खाली आलो.

हॉटेलमध्ये सगळी निजानीज झाली होती. मॅनेजर खालीच राहात असे. त्याचे नाव कवळेकर. आता याला उठवावे कसे? पण प्रसंग असा भयानक होता, की न उठवूनही चालण्यासारखे नव्हते.

मी हाका मारायला सुरुवात केली; 'कवळेकर!... अहो, कवळेकर!'

आतूनच कवळेकराने विचारले, 'कोण आहे?'

'मी वरच्या रूममधला. रूम नंबर आठ.'

'काय हवंय? रात्र झाली. झोपा आता —' आतून चिडलेला आवाज.

'बाहेर या आधी. वर बघा काय झालंय ते.'

माझ्या आवाजातली घाई आणि अधीरपण त्याला जाणवले असावे. तो चडफडतच का होईना, पण बाहेर आला. मला म्हणाला, 'काय पाहिजे?'

'वरती खून पडलाय.' मी आवाज शक्य तितका शांत ठेवण्याचा प्रयत्न केला.

'खून?' त्याने घाबरून विचारले.

'हो. रूम नंबर नऊमधे.'

'रूम नंबर नऊ?' त्याने आश्चर्याने वर पाहिले. 'रूम नंबर नऊ अजून

गेलेलीच नाही.'

'बरं, मग दुसरा कुठलातरी नंबर असेल. मला माहीत नाही; पण माझ्या शेजारची खोली एवढं खरं.'

'तुमच्या शेजारची म्हणजे नऊ नंबरच. ती नक्की गेलेली नाही.' कवळेकर ठामपणे म्हणाले.

आता हा सद्गृहस्थ परत झोपायला चालला की काय? मी निक्षून म्हटले, 'ते काहीही असो, तुम्ही वर चलाच एकदा. पाहाच प्रकार काय आहे तो!'

नाइलाजाने कवळेकर बरोबर निघाले.

कमाल आहे या लोकांची! खून पडलेला असताना आर्ग्युमेंट्स कसले करतात!

'बघाल तर थक्कच व्हाल!' मी पायऱ्या चढताना म्हटले, 'साफ डोकं फुटलंय त्या माणसाचं! बाजूला एक सोटा पडलाय. एका घावात खलास केलंय त्याला!'

कवळेकर माना डोलावीत शांतपणे ऐकत होते. मला वाटते, त्याच्या डोळ्यांवरची झोप अजून उतरली नसावी. ते दृश्य पाहाताक्षणी ती खाडकन उडाली असती म्हणा!

एव्हाना आम्ही जिना चढून खोलीशी आलो होतो.

आणि – चकित व्हायची पाळी माझी होती!

कारण खोलीला चांगले मजबूत टाळे होते.

'पाहिलंत? मी काय सांगत होतो? खोली कुणालाच दिलेली नाही.' कवळेकर जोरात म्हणाले.

मग मला दिसले ते काय? कसे? मी खुद्द खोलीत जाऊन आलो होतो. त्या वेळेस दरवाजा सताड उघडा होता!

पण आता हे कुलूप?

बरोबर! खुनी माणूस जवळच लपून बसला असणार! त्याने मी खाली गेल्याचे पाहून खोलीला अलगद कुलूप चढवले असणार!

मी माझी शंका कवळेकरांना सांगितली.

'खात्री करून घ्या! शंका नको. मी चावी बरोबरच आणली आहे.' म्हणत कवळेकरांनी चावी कुलपाला लावली. 'लक्षात घ्या, दोन्ही चाव्या माझ्याजवळ आहेत, याचाच अर्थ रूम गेलेली नाही!'

त्यांनी कुलूप काढून कडी खाडकन उघडली, दार ढकलले.

खोली संपूर्ण रिकामी होती.

मघा मी पाहिलेल्या प्रकाराची नावनिशाणीदेखील नव्हती.

रक्त कुठले? खोली आरशासारखी स्वच्छ होती.

एव्हाना आजुबाजूच्या दोनतीन खोल्यातले लोक उठून 'काय — काय' विचारू लागले होते.

'काही नाही हो!' अस्सल गोवेकरी हेल काढून कवळेकर त्यांना सांगू लागले, 'हे बाहेरचे लोक गोव्यात चैन करायला म्हणून येतात. कुठून कायतरी पिऊनबिऊन येतात...'

बडबडतच कवळेकर खाली गेले.

लोकांनी पुन्हा दारे लावून घेतली. त्यांचे कुत्सित हसणे माझ्या जिव्हारी लागले. 'चक्रम साला!' एकजण म्हणाला.

तो शब्द ऐकला, की माझ्या तळपायाची आग मस्तकाला जाते!

माझ्या जिवाचा संताप संताप झाला. मी गोव्यात आलो, तो चैन करायला नाही! आणि मी पिऊनही आलेलो नाही!

मला दिसलेला खून हा खराच होता. झाल्या प्रकाराला काहीतरी स्पष्टीकरण होते खास! पण काय?

आणि ते न सापडून कसे चालेल? कुठल्याही गोष्टीच्या मुळाशी जायचे, हा तर आपला हेतू!

मी थोडा वेळ विचार केला.

आणि मग एकदम एक कल्पना मला चाटून गेली — बाप रे! किती भयंकर! कदाचित या खुनात कवळेकराचाही हात असेल. कदाचित त्या शेजाऱ्यांचाही!

पण खून तो खून! तो झालेला मी प्रत्यक्ष कानांनी ऐकला, डोळ्यांनी पाहिला आणि तो पाहताना मी पूर्ण जागा होतो. स्वप्नात नव्हतो. अथवा माझ्यावर कशाचा अंमलही नव्हता.

या बदमाष मॅनेजरला आणि त्याच्या साथीदारांना मी हा खून असातसा पचू देणार नव्हतो.

मी खाली उतरून चालू लागलो. पोलीस स्टेशनच्या दिशेने.

आणि याच वेळी पाऊस पडायला सुरुवात झाली. अपरात्रीची वेळ. बाहेरच्या काळोखात अंदाज येणे शक्य नव्हते. आणि आला असता तरी मी छत्री बरोबर आणलीच होती कुठे? पण तिरीमिरीत बाहेर पडलो आणि पाऊस अंगावर येऊ लागला.

पोलीस-स्टेशनवर पोहोचेपर्यंत मी चिंब भिजून गेलो होतो. किती वाजले होते कुणास ठाऊक! मध्यरात्र उलटून बराच वेळ झाला होता एवढे खरे.

एखादा तास मागेपुढे!

हवालदाराला वाटले, मी पावसापासून आडोसा म्हणूनच पोलीस चौकीत शिरलोय. त्याने मला हटकले.

मी म्हटले, 'माझं इन्स्पेक्टरसाहेबांकडे काम आहे. आहेत ना ते?'

त्याने, कां कुणास ठाऊक, पण मला वरपासून खालपर्यंत न्याहाळले. मग म्हणाला, 'आत्ताच काम आहे का?'

'हो' मी म्हटले, 'मला मर्डर रिपोर्ट करायचाय.'

'मर्डर' म्हटल्याबरोबर हवालदाराला माझ्या कामाचे, आणि पर्यायाने माझे महत्त्व पटले. तो मला आत घेऊन गेला. जवळच्या बाकड्याकडे बोट दाखवून म्हणाला, 'बसा.' आणि आत निघून गेला.

मी बसल्याबरोबर बाकाजवळ एक पाण्याचे लहानसे थारोळे झाले. मला ओशाळल्यासारखे झाले. पण माझाही नाईलाज होता. मी चौकीचे निरीक्षण सुरू केले. एक मंद पिवळा बल्ब डोक्यावर जळत होता. कसलीतरी पत्रके चिकटवलेला एक नोटीसबोर्ड समोर होता. शेजारीच कॅलेंडर. त्यावर एकच ठळक तारीख होती. ती बहुधा कालची असावी. नाहीतर एवढ्या अपरात्री उद्याची तारीख कोण तत्परतेने लावणार? पण कालची तरी कसे म्हणावे? बारा वाजून गेले म्हणजे ती आजचीच... माझा गोंधळ होऊ लागला, तसा मी तो विचारच सोडून दिला.

ड्यूटीवर असलेले गृहस्थ बहुधा, काम नाही म्हणून, आतल्या खोलीत आराम करीत असावेत. त्याशिवाय त्यांना बाहेर यायला इतका वेळ लागला नसता.

अखेरीस ते एकदाचे आले बाहेर! त्यांच्यापाठोपाठ हवालदार!

'काय म्हणता?' गडगडत्या आवाजात त्यांनी विचारले.

'खून झालाय. एका मध्यमवयीन माणसाचा.' मी त्यांना खुनाचा तपशील सांगितला. बरोबर चलण्याची विनंती केली.

ते तयार झाले. 'बॉडी जागची हलवलेली नाही ना?' त्यांनी चौकशी केली.

या प्रश्नाचे उत्तर कठीण होते. मला त्यांना सांगावेच लागले, 'त्याचं काय आहे सर, की आता येताना पाहिलं तेव्हा बॉडी जागेवर नव्हतीच! म्हणजे काय की, खुनाचं कसलंच चिन्ह नव्हतं. खोलीलाही कुलूप लागलं होतं.'

इन्स्पेक्टरसाहेब चांगलेच गोंधळात पडले. डोळे बारीक करून, कपाळाला आठ्या घालून माझ्याकडे रोखून पहात ते म्हणाले, 'म्हणजे म्हणायचंय काय तुम्हाला?'

मग मला सगळे सांगावेच लागले. म्हणजे कवळेकरांविषयी आणि त्यांनी

माझ्यावर दाखवलेल्या अविश्वासाविषयी देखील 'मी खरंच सांगतो, सर!' मी कळकळीने म्हणालो, 'मला दिसलं ते स्वप्न नव्हतं. भासदेखील नव्हता. तुम्ही स्वत:च येऊन पाहा, सर.'

पण आता इन्स्पेक्टरचाही विश्वास डळमळलेला दिसला. ते माझी समजूत काढल्याप्रमाणे म्हणाले, 'हे पाहा, आत्ता पाऊस पडतो आहे. रात्रही बरीच झाली आहे. आपण सकाळीच जाऊन पाहू. सकाळी पाऊसही थांबेल. हवं तर तुम्ही इथंच थांबा पहाटेपर्यंत. आता पावसात कशाला जाता परत?'

'नाही — पण आत्ता लगेच नको का जायला? खुनाचा मामला आहे!'

'कशाला? तुमच्या म्हणण्याप्रमाणं बॉडी तर तिथं नाहीच. मग आत्ता काय आणि सकाळी काय? व्हॉट डिफरन्स डझ इट मेक?' ते म्हणाले. पुन्हा स्वरात तोच चीड आणणारा समजूतदारपणा! जसे काही माझे डोकेच फिरले आहे, आणि ते माझ्या कलाने घेताहेत!

घेऊ दे! हॉटेलवर प्रत्यक्ष पाहिल्यानंतर त्यांना काही ना काही पुरावा मिळेलच माझ्या बाजूचा! मग कवळेकरांना कळेल चक्रम कोण ते!

आपल्याला काय, सकाळी तर सकाळी! पण मी पोलिसांना घेऊन गेल्याशिवाय राहाणार नव्हतो. मग एखादा प्रहर मागेपुढे!

हवालदाराने दिलेली चादर पसरून मी तिथेच बाकड्यावर पसरलो. झोप लागण्याचे चिन्ह नव्हते. सिगरेट ओढीत आणि घड्याळाचे टोले ऐकत वेळ काढला.

पहाटेच आम्ही हॉटेलवर गेलो. पाऊस आता थांबला होता. च्यायला कमाल आहे! या इन्स्पेक्टर लोकांना, रात्री पाऊस पडतो आहे, म्हणजे सकाळी तो निश्चित थांबणारच, हे कसे काय कळते बुवा? हो, म्हणजे एखादे वेळी सलग दोनदोन -तीनतीन दिवस नाही का पडत पाऊस? त्याचा काय भरंवसा?

आम्हाला पाहून कवळेकर भयंकर वैतागले असावेत; पण वरकरणी हसून त्यांनी इन्स्पेक्टरचे स्वागत केले. माझ्याकडे मात्र ते खाऊ की गिळू अशा नजरेने पाहात होते. इन्स्पेक्टरना ते म्हणाले, 'काय साहेब, तुम्ही तरी वाट्टेल त्या माणसाच्या रिपोर्टकडे कसं लक्ष देता? हॉटेलवर असं काही झालं असतं, तर मी स्वत:च नसतं का रिपोर्ट केलं?'

इन्स्पेक्टरने सबंध हॉटेल फिरून स्वत:चे समाधान करून घेतले. आश्चर्याची गोष्ट म्हणजे माझ्या शेजारची खोली अजूनही बंदच होती. तिचे कुलूप निघालेले नव्हते. म्हणजे वरकरणी तरी मी खोटा पडलो होतो. मग काय त्या खुनाचे रहस्य असेल आणि काय त्या मॅनेजरचे कारस्थान असेल, ते असो! इन्स्पेक्टर

त्यात सहभागी असतील, असे मला क्षणभरही वाटले नव्हते. पण काहीतरी रहस्य हॉटेलातच होते खास!

मी मुकाट्याने माझ्या खोलीकडे गेलो. त्या मंडळींच्या कुत्सित नजरा माझ्याकडे लागल्या असतील, याची मला खात्री होती. त्यांची कुजबूज, दबत्या आवाजातले हसणे आणि मला चक्रम म्हणणे, हेदेखील माझ्या कानावर येतच होते; पण मी तिकडे लक्ष दिले नाही. रात्रभर ओले कपडे अंगावर वाळवल्यामुळे मला जाम सर्दी झाली होती. जागरणामुळे झोपही अशी येत होती, की केव्हा एकदा खोलीत जाऊन पलंगावर अंग टाकतो, असे झाले होते!

पलंगाला अंग लागताच मला इतकी गाढ झोप लागली की ज्याचे नाव ते! अगदी दगडासारखा मी झोपलो होतो. मग स्वप्ने नाहीत की काही नाही.

किती तास मी असा झोपलो होतो कुणास ठाऊक! बहुतेक प्रहर — दोन प्रहर तरी सहज असेल!

मला जाग आली ती दरवाजावर कुणीतरी ठोठावले, त्यामुळे.

क्षणभर वाटले, की आपल्याला भास झाला.

पण नाही. कुणीतरी नक्कीच ठोठावत होते.

दुपारीच झोपल्यामुळे माझा पुन्हा दिवसाचा थोडा गोंधळ होतो आहे. नेमका हा दिवस कुठला, हे मला सांगता येणार नाही. पण एवढे मात्र नक्की आठवते की, मला जाग आली ती त्या दार ठोठावण्यामुळे.

मी दार उघडून बाहेर पाहिले.

तर बाहेर कुणीच नव्हते. म्हटले, च्यायला, हा काय चमत्कार!

पण चमत्कारांवर आपला विश्वास नाही. म्हणून मग मी जरा बाहेर डोकावून पाहिले. तर काय, शेजारचे दार उघडे होते.

लक्षात घ्या : माझ्या शेजारच्या रूम नंबर नऊचे दार उघडे होते!

म्हणजे त्या रूममध्ये जे कोणी होते, ते माझे दार वाजवून आपल्या खोलीत परत गेले होते. मी पाठोपाठ येईन, अशा खात्रीने.

एवढ्यात, मी अजून कां आलो नाही, हे बघायला तोच बाहेर आला.

तोच! तोच मध्यमवयीन गृहस्थ! डोक्याला टक्कल, अंगात नाइट सूट! गुबगुबीत गाल, आणि मिचमिचीत डोळे!

मी चाट पडलो. ज्या माणसाचा डोके फुटून खून झालेला काल मी माझ्या डोळ्यांनी पाहिला होता, तो माणूस आज माझ्यासमोर जसे काय काहीच न झाल्यासारखा उभा होता.

'या ना. मीच बोलावलं.'

मी चावी घेऊन बाहेर आलो, आणि माझ्या खोलीला कुलूप लावले.

'बसा. चहा घेऊया. मी आजच आलो इथं. म्हटलं, ओळख करून घ्यावी शेजाऱ्याची.'

मी काही न बोलता बसलो. तोच पुढे म्हणाला, 'हवा छान पडलीये नाही? पाऊस पडेलसं वाटतं या एकदोन दिवसांत. आपण घरामधे असलो, की बाहेर चांगला जोरदार पाऊस पडावा असं वाटतं, नाही?' तो हसला.

मी अजूनही विचारच करीत होतो.

'एवढं विचारात पडायला काय झालं? मी काही वावगं बोललो का?' त्याने कुतूहलाने विचारले.

'नाही. मी आपला उगाचच...'

गृहस्थ तसा गप्पिष्ट दिसला. एकलकोंडे बसण्याचा त्याला तिटकारा असावा. सबंध संध्याकाळ एकट्याने काढायची, ही कल्पना असह्य झाल्यामुळेच त्याने दार वाजवून माझ्याशी ओळख करून घेतली होती. 'चहा'चे नुसते नाव! खरे म्हणजे त्याला संध्याकाळी, बाहेर ढग जमून आले असताना मजेत व्हिस्की पीत बसायचे होते, आणि अशा पिण्यासाठी जोडीदार हवा होता. व्हिस्की प्यायला माझी हरकत नसल्याचे कळल्यावर गृहस्थाला आनंद झाला.

अगदी पद्धतशीरपणे, काटेकोरपणे तो ग्लासमध्ये मद्य ओतू लागला. त्याच्या त्या सावधानतेकडे पाहून मला गंमत वाटली. वाटले, जसे काही हा एखादे रसायनच तयार करतो आहे! किंवा रसायनांचे मिश्रण करून कसलातरी विलक्षण शोध लावतो आहे! किंवा हा जादूगार आहे. रसायने मिसळून हा इकडचे जग तिकडे करणार आहे!

तसा तो थोडाफार जादूगार होताच. बोलण्याचे सगळे विषय संपल्यानंतर त्याने नाइट सूटच्या खिशातून पत्त्यांचा एक जोड काढला आणि मला पत्त्यांची जादू दाखवायला सुरुवात केली.

मला सहसा पत्त्यांची जादू आवडत नाही. पोरकटपणा वाटतो तो! पण त्या दिवशी कां कुणास ठाऊक, मला एकदम इंटरेस्ट वाटायला लागला. कदाचित पोटात गेलेल्या व्हिस्कीचा हा परिणाम असेल. पण तो माणूस काहीतरी विलक्षण अद्‌भुत प्रकार दाखवतो आहे, असे वाटू लागले.

'पत्त्यात सगळ्यात महत्त्वाची गोष्ट कुठली?' तो गृहस्थ अगदी विश्वाचे रहस्य उलगडून दाखवल्यासारखे सांगू लागला. 'तर सिक्वेन्स – क्रम दुर्री-तिर्रीपासून राजा-एक्क्यापर्यंत. एकापेक्षा एक पत्ते मोठे होत जातात किंवा उलट्या क्रमाने खाली येतात. आता हा क्रम चुकला तर घोटाळा होईल. दश्शीपेक्षा नव्व्या मोठा होईल. राणीपेक्षा गुलाम! आणि तरीदेखील हा क्रम

मुळात चुकलेला आहे. नाहीतर एक्का दुर्रीपेक्षा खाली हवा होता. पण तो असतो राजाच्याही डोक्यावर!'

विचार केला तर तो सांगत होता यात नवीन काहीच नव्हते; पण माझे डोके आता व्हिस्कीमुळे तरंगू लागले होते. तेव्हा मला त्यात फार खोल अर्थ दिसू लागला होता...

'प्रत्येक गोष्टीचं असंच आहे.' मी भारलो होतो. आणि त्याचा स्वर हिप्नॉटिझम करणाऱ्या जादूगारासारखा हुकमी आणि जड येत होता. अगदी संथपणे तो बोलत होता. निदान मला तरी त्याचे बोलणे तसे वाटले. 'प्रत्येक गोष्टीला क्रम असतो. तो मागंपुढं होऊन चालत नाही.' पत्ते रांगेने मांडीत तो म्हणाला, 'उदाहरणार्थ, काळ! काळाला क्रम असतो. आज. मग उद्या. मग परवा. कुठला दिवस कशानंतर, हे ठरलेलं असतं.'

माझ्या डोळ्यांसमोर एक विलक्षण चित्र तरळत होते : काल - आज - उद्या अशा क्रमाने दिवसांचे पत्ते लावून ठेवले आहेत. ज्याला-त्याला, ज्याची-त्याची पाने वाटून दिली आहेत. जो तो हातातल्या पानांचा सिक्वेन्स लावतो आहे; पण एखाद्याच्या हातात पाने उलटसुलट झाली आहेत. त्यांचा सिक्वेन्स काही केल्या लागत नाही.

पत्त्यांचा खेळ मला आवडत नाही, तो याकरता.

आणि लोक मला चक्रम म्हणतात!

व्हिस्कीच्या प्रभावाखाली त्या रात्री मी खूप झोपलो. रात्री एकदाही मला जाग आली नाही. गाढ... अगदी गाढ... मेल्यासारखा झोपून गेलो मी त्या रात्री.

सकाळी जाग आली तेव्हा दिवस बराच वर आला होता...

आता 'दिवस वर आला होता' असे मी म्हणतो आहे. पण तो दिवस कुठला होता हे काही मला निश्चित सांगता येणार नाही. म्हणजे नंतरचा की आधीचा... पण जेव्हा ते घडत होते, तेव्हा तरी तो आजचाच असणार.

हॉटेलात बरीच गडबड माजली होती. लोकांची एकसारखी जा-ये चालू होती.

मी बाहेर आलो तेव्हा शेजारी बरेच लोक जमा झाले होते — खाली पाहिले तर खालून वर बोटे दाखवीत होते. आणि अरे बाप रे! चक्क पोलीस आले होते दोनतीन! आणि पोलीस-इन्स्पेक्टरसुद्धा! मॅनेजरशी त्यांचे काहीतरी जोरजोरात बोलणे चालले होते.

मी जवळच्या माणसाला विचारले, 'काय हो, काय झालं?'

'धन्य आहात गुरू! तुमच्या शेजारच्या खोलीत खून पडतो आणि तुम्हाला

पत्ता नाही? काय झोप आहे की मस्करी?' तो म्हणाला.

म्हणजे? माझ्या शेजाऱ्याचा खून झाला? त्या मध्यमवयीन गृहस्थाचा?

'कुणीतरी डोकं फोडलंय त्याचं! त्याच्याच खोलीतला त्याचा सोटा घेऊन कुणीतरी डोक्यात घातला त्याच्या. एका घावात डोकं फुटलं! खोलीत रक्ताचं थारोळं झालंय! बघवत नाही अगदी!' कुणीतरी साद्यंत माहिती पुरवली.

आणखीही पुष्कळ काही ते लोक बोलत होते; पण माझे तिकडे लक्ष नव्हते.

कुणी केला असेल त्याचा खून? आणि कशासाठी? माझ्याशी बोलताना तर त्या माणसाला त्याची कल्पना नव्हती. काय सांगत होता तो? प्रत्येक गोष्टीला क्रम असतो. नाहीतर सारे काही उलटसुलट होते. सारे काही... म्हणजे सारेच? जग? व्यवहार? काळ? नको त्या गोष्टी डोक्यात येत राहतात. पत्ते... पत्त्यांची जादू... पण काल त्या माणसाचा खून होईलच कसा? परवाच तर एकदा झाला होता. हो! मी प्रत्यक्ष डोळ्यांनी पाहिला त्याला – असा पालथा पडलेला. रक्ताच्या थारोळ्यात. पण मग काल तो पुन्हा जिवंत कसा झाला?

मला काही सुचेनासे झाले. मी खोलीत आलो. इतरांच्यासारखा मला ते सगळे विधी पाहण्यात इंटरेस्ट नव्हता किंवा त्याविषयी बोलण्यातसुद्धा. मला विचार करायचा होता. काही मूलभूत गोष्टींचा विचार. मूलभूत गोष्टी म्हणजे ज्यावर आपले जगणे अवलंबून आहे अशा. जगणे असेच नव्हे, तर मरणेसुद्धा. थोडक्यात म्हणजे सगळेच व्यवहार.

विचार करता करता डोक्यात नुसता गोंधळ उडून गेला. काय असेल या साऱ्यांचा अर्थ? डोक्याचा भुगा भुगा पडत होता. विचार करतानाच माझ्या डोळ्यांवर झापड येऊ लागली. विचारही सरळ करता येईनासे झाले. कां येते एवढी झोप? झोपेविषयीही एकदा मूलभूत विचार केलाच पाहिजे. झोप म्हणजे काय? आपण रात्रीच का झोपतो? थकव्यामुळे? की जागे राहाण्याच्या दोन कालखंडात अंतर सुटावे म्हणून? आपण जागे नाही, असे पाहून काळ बदलतो का? दिवसांमधे अंतर पडते का? हजारो प्रश्न! हा प्रश्नांचा गुंतवळाच कधीतरी झोपेचे जाळे बनून माझ्यावर पसरला गेला...

जागा झालो तेव्हा रात्रीची वेळ होती. पुन्हा सांगतो, हा दिवस कुठला होता ते मला बिलकूल सांगता येणार नाही. वेळ रात्रीची होती, हे मात्र खास.

बाहेर पावसाला सुरुवात झाली होती.

क्षणभर मी खिडकी उघडून पावसाकडे पाहात राहिलो.

मग मनात आले : चला, पावसात बाहेर फिरून यावे. रात्र बरीच झाली

आहे. पण आपल्याला काय त्याचे? मी चपला घातल्या आणि बाहेर आलो. आश्चर्याने मी जागच्या जागी खिळलोच! शेजारच्या खोलीचे दार सताड उघडे होते.

आत दिवा जळत होता. मंद प्रकाशात तोच — तो मध्यमवयीन गृहस्थ एकापुढे एक, पत्त्यांचा सिक्वेन्स लावीत बसला होता.

नाही – हे चालणार नाही. असे चालणार नाही. मुळीच नाही! हा मेला होता. काल, परवा, आज... कधीतरी मेलाच होता. याच्या खुनाची चौकशी करायला पोलीस इथवर आले होते. आणि – सगळ्यांना फसवून हा जिवंत कसा राहू शकतो? नाही – हा मेलाच पाहिजे! तरच सगळा सिक्वेन्स नीट लागू शकेल. उलटासुलटा होणार नाही...

हा मेला पाहिजे! मेलाच पाहिजे!...

मी पुढे झालो आणि त्याने वर पाहायच्या आत चटकन जवळचा त्याचाच सोटा घेऊन त्याच्या डोक्यावर एक मजबूत घाव घातला...

तो विव्हळत खाली कोसळताक्षणीच मी खोलीत परत आलो.

दुसऱ्याच क्षणी मला शांत झोप लागली.

तरीही डोक्यात ते आवाज घुमतच राहिले.

एक, फटका मारल्याचा आवाज. दुसरा, खाली कोसळण्याचा. तिसरा, त्याचे विव्हळणे : ‘अरे देवा! मेलो...मेलो!’

हा सारा प्रकार नेमका कुठल्या दिवशीचा ते मात्र शपथेवर सांगतो — मला अजिबात आठवत नाही!

■

मिछीवाला

आकाश... निळंभोर आकाश...

खाली जमीन — जमिनीवर हिरवळ. गवताची पाती. आकाशाकडे पाहणारी. हिरवी हिरवी गार. डोळ्यांना थंडावा देणारी.

निळ्या आकाशातून पांढरे ढग सावकाश — आरामात फिरताहेत. त्यांना घाई नाही – कुठेही जाण्याची.

ढगाकडे पाहत तोसुद्धा असाच स्वस्थ पडला होता. त्यालाही घाई नव्हती. आराम होता, पण मनाला मोकळेपणा नव्हता. शांतता नव्हती.

हातांची घडी उशाला घेऊन डाव्या गुडघ्यावर उजवा पाय टाकून तो पडला होता. गवताची पाती कानांना गुदगुल्या करीत होती.

मधेच एखादी वाऱ्याची झुळूक येऊन जाई.

बरं वाटत होतं, खूपच बरं.

वाटत होतं, असंच पडून राहायला मिळालं, तर किती चांगलं! ही देवाची दुनिया — आकाश — वारं — हिरवळ —

नाहीतर आपण! पैसा, मारामाऱ्या — झगडे — खूनसुद्धा!

अशा वेळेस, आपण जीव द्यावा, असं मनापासून वाटायचं.

नाहीतरी कशासाठी जिवंत राहायचं? पोर नाही, बाळ नाही. झाली एक पोरगी ती झाल्या झाल्या गेली, आपल्या आईला बरोबर घेऊन.

आता जिवंत राहायचं ते कोणासाठी?

बॉसची कामं पार पाडण्यासाठी? त्यानं खूष होऊन अधिक पैसा द्यावा यासाठी? कशाला हवाय पैसा? जगण्यासाठी? जगण्यासाठी पैसा आणि पैशासाठी जगणं. कशाला चालू ठेवायचं हे चक्र?

जीव द्यायचा धीर होत नाही म्हणून? दुसऱ्या कुणाचा जीव घेताना अंगात कसं सहज अवसान येतं! मग स्वत:चा जीव घेतानाच धीर कां होऊ नये? निदान नंतर पकडलं जाण्याची धास्ती तरी नाही. केला पाहिजे — एकदा तोही धीर केला पाहिजे!

खरं तर आपण यापूर्वीच मरायला हवं होतं. तसं केलं असतं तर निदान दोघाचौघांचे प्राण तरी वाचले असते. तो पठाण, तो जाड्या शेठिया, तो पानवाला, मटक्याचा बुकी तो मद्रासी! सगळ्यांची नावंसुद्धा आठवत नाहीत! त्यांना नीट ओळखत तरी होतो कुठं आपण? त्यातल्या कुणाशी वैर तर सोडाच, पण चार शब्दांची देवाणघेवाणसुद्धा झाली नव्हती! फक्त बॉसचा निरोप; एक बॉसच्या अक्षरातली चिठ्ठी! तिच्यावर दुसरं काहीच नाही. फक्त त्या माणसाचं नाव. कुठं गाठायचं याचा पत्ता, आणि वेळ! बहुतेक वेळेस बरोबर त्या माणसाचा फोटो!

बस्स! ही त्या माणसाची मरणचिठ्ठी! त्याचं वरच्या कोर्टातलं समन्स! ही चिठ्ठी हातात पडली, की त्या माणसाचं मरण अटळ! डॉक्टरची चिठ्ठी पाहिल्याबरोबर केमिस्टनं औषध हजर करावं, तितका सोपा मामला! प्रत्येक गिऱ्हाइकाचं औषध त्याच्याकडे तयार असे! छत्तीस व्याधींवर एकच इलाज! खिशातला रामपुरी! सटकन बाहेर काढायचा, पटकन पातं उपसायचं, खचकन कुशीत खुपसायचं-वळवायचं. बस! माणसाला देवाचं नाव घेण्याइतकाही वेळ मिळत नसे, मग मारणाऱ्याचा चेहरा पाहणं तर दूरच! दुसऱ्याच क्षणी चाकू खिशात नाहीसा आणि मारणारा काळोखात गडप! दुसऱ्या दिवशी बॉसला सलाम! चिठ्ठीबरोबरचा ॲडव्हान्स वजा जाता, उरलेली रक्कम तत्काळ हजर! हे फार चांगलं होतं. बॉसकडे कधी दुसऱ्या दिवसाचे वायदे नसत.

विचार केला की त्याचं त्यालाच विचित्र वाटे. प्राण जाताना त्यांच्यापैकी कुणी विचारलं की बाबा रे, तुझी-माझी ओळख ना देख! कां घेतलास तू माझा प्राण? तर आपण त्याला काय उत्तर देऊ?

पैशासाठी? बॉसकडून मिळणाऱ्या पैशासाठी?

मग त्यासाठी एवढ्या लोकांचे प्राण घेण्यापेक्षा एकदा स्वत:चाच –

'स्साला!' एवढा एकच उद्‌गार स्वत:शी काढून तो गप्प बसला. असले विचार कमकुवतपणाचे! नामर्दपणाचे!

अलीकडे फार यायला लागलं हे डोक्यात. काढून टाकलं पाहिजे ते. नाहीतर वाट लागेल. दुसरं काही सुचत नसेल, तर विचार करणंच बंद केलं पाहिजे.

हे गवत विचार करतं? हे ढग विचार करतात? पलीकडे ती मुलं

खेळताहेत ती विचार करतात?

मग आपल्यालाच विचारांची जरूर काय? मरणारे काही आपल्याला तो प्रश्न विचारीत नाहीत. इतकं झपाट्यानं फिरवतो आपण पातं! क्षणात जिवाची सुटका! पापपुण्याचे हिशेब करायला सांगितलेत कुणी?

माणसानं मजा करावी! खावं, प्यावं, माड्या चढाव्यात, सिनेमे पाहावेत. आपण कशासाठी जगतो, हे विचारायचंच कशाला? कसं जगायचं एवढंच बघावं. चैनीत वागावं आणि त्यासाठी पैसा कमवावा. कुठल्याही मार्गानं!

त्यानं शर्टाच्या खिशातून विडी काढली, माचिस काढली आणि विडी शिलगावली.

साला नको म्हटलं तरी भलभलते विचार येतातच. बाळंतपणात बायको गेली. जन्मलेली मुलगीही गेली. कां मेल्या असतील त्या दोघी?

आपल्या पापानं? आपण इतक्यांचे प्राण घेतले म्हणून?

काहीतरीच! पापपुण्याचा असा कुठं जन्ममरणाशी संबंध असतो?

कितीही म्हटलं तरी नाही नाही ते मनात येतंच.

आपल्या पापानं त्या कां मराव्यात? आपणच कां नाही अजूनपर्यंत फासावर लटकलो?

त्यानं मनगटावरच्या घड्याळात पाहिलं. असले वेडेवाकडे विचार करीत बसायला अजून थोडा वेळ सवड होती.

एकदा का काळोख पडला की मग मात्र कामगिरीवर गेलंच पाहिजे!

या वेळची कामगिरी अधिकच बिकट! स्त्री-हत्येचं पातक अजून कधी केलं नव्हतं, ते या वेळी करावं लागणार!

कॅबरे डान्सर! खरं नाव काय कुणास ठाऊक! बॉसनं पत्ता दिला होता. आडबाजूची बिल्डिंग. दुमजली. कॅबरेहून बरोब्बर साडेबारा वाजता टॅक्सीनं घरी परत येते. तळमजल्याच्या टर्निंगशी लपून राहायचं. जिन्यात दिवा नाही. बॉसची माहिती अचूक असते. कुठनं मिळवतो कोण जाणे!

काय केलं असेल तिनं? बहुधा दुसऱ्या स्मगलरच्या गँगपैकी कोणाशी तरी तिचा संबंध असेल. कदाचित तिच्या हॉटेलचा मालकच स्मगलर असेल. नको तेव्हा नको ती माहिती ही त्यांना पोहोचवत असेल. बॉसच्या मार्गातला काटा!

काटा चांगलाच ठुसठुसत असला पाहिजे. आपला नेहमीचा भाव दोन हजारांचा. या वेळी तीन हजारांचं आश्वासन! कदाचित बाई म्हणून असेल!

बाई म्हणून चाकू चालवताना हात नाही कापता कामा! मग ती कितीही तरुण असली तरी!

खूबसूरत तर दिसतेच आहे! फोटोवरून! त्याशिवाय तिचा नाच कोणी पाहिला असता?

हिला मारायचं म्हणजे काय? नुसता चाकू चालवायचा. तेवढ्यासाठी तीन हजार मिळायचे आहेत!

कोण रडेल हिच्यासाठी? हिचा हॉटेल-मालक? की एखादा धनी? मुलंबाळं आहेत म्हणे दोन!

आणि एकदम एक गोष्ट त्याच्या ध्यानात आली.

एक चिमुकली आपल्याकडे पाहात हिरवळीवर आपल्याशेजारी बसली आहे.

'ए मिछीवाला, मिछीवाला तुदी मिछी शान शान आये!' ती म्हणत होती.

त्याला गंमत वाटली त्या मुलीच्या धिटाईची. मुलगी अतिशयच गोड होती. मोठमोठे गोबरे गुलाबी गाल, निळसर डोळे, दाट भुरे केस, अंगावर झालरीचा पारदर्शक आकाशी फ्रॉक. एखाद्या चित्रांतल्या परीसारखी दिसत होती ती! भलतीच खूबसूरत! पण अगदी म्हणजे अगदीच छोटी.

'ए मिछीवाला, मी तुझ्या मिछीला हात लावून पाऊ?'

त्यानं तिला मिशांना हात लावू दिला. या गोड मुलीला कौतुक वाटावे, अशा भरघोस मिशा स्वत:ला असल्याबद्दल त्याला भलताच अभिमान वाटला.

केवढी असेल ही? जेमतेम तीन-साडेतीन वर्षांची. एकदम त्याच्या मनात आलं — आपली मुलगी जगती वाचती तर एव्हाना एवढीच असती.

नकळतच तो तिच्याशी खेळू लागला. तिनं त्याच्या मिशा ओढल्या, नाक ओढलं, त्यानं गवताची पाती तिच्या डोक्यावर टाकली. रिबिनी सुटल्या, त्या बांधून दिल्या. तेवढ्यात तिकडे दोन फुलपाखरं पाठशिवणी खेळत आली. त्यांच्यामागून ती मुलगी धावली.

बराच वेळ मोडला होता. समोरच्या हॉटेलात चहा घेऊन आपल्या कामाला लागावे, म्हणून तो उठला. कपड्यांना चिकटलेली गवताची पाती त्यानं झटकली.

समोरच्या हॉटेलात तो येऊन बसला आणि काय ऑर्डर द्यावी याचा विचार करू लागला. पाहतो तो टेबलावर कोपर टेकून तीच मुलगी ऐटीत उभी! आपल्या पाठोपाठच ती आली असणार. आपल्याला समजलं कसं नाही? बरं तर बरं–रस्ता क्रॉस करताना गाडी समोर आली असती तर?

या विचारासरशी त्यानं तिला जवळ घेतलं. उचलून आपल्या शेजारी बसवलं. 'ए मिछीवाला, तू शान शान आये.' त्या मुलीनं त्याच्या चांगुलपणाला लगेच दाद दिली.

मग दोघांनी चंगळ केली. त्यानं पोटभर खाऊन घेतलं. तिला आईस्क्रीम

दिलं, बिस्किटं दिली, चॉकलेट घेऊन दिलं. तिचे लाड करण्यात तो रमून गेला. त्याच्या एरवीच्या दांडगट रद्दी आयुष्यात पहिल्यानंच काहीतरी नाजुक, सुंदर आलं होतं.

आणि एकदम त्याच्या ध्यानात आलं – अरे, ही मुलगी कुठली, कोणाची — तिला परत पाठवायला हवं. मघाशी ती हिरवळीवर खेळताना भेटली. तिथं तिला परत नेऊन सोडायला हवं.

पण ती दोघं हिरवळीवर गेली, तेव्हा काळोख पडायला लागला होता आणि हिरवळीवर कुणीच मुलं खेळत नव्हती.

दोघेचौघे फुटकळ लोक अजून बसले होते. ती मुलगी त्यांच्यापैकी कुणाची असेलसं वाटत नव्हतं. तरीदेखील तो तिला घेऊन त्यांच्या समोरून गेला. ती त्यांची नव्हती. बहुधा ती इतर मुलांबरोबर आली असावी, आणि मुलं तिला विसरून गेली असावीत.

आता काय करायचं? त्याला काही सुचेना. हिला घरी तर पोहोचवायला हवं. पण कसं पोहोचवायचं? हिचं घर कुठं ठाऊक आहे आपल्याला?

'कुणाबरोबर आली होतीस तू?' प्रश्नाचा अर्थ तिला काही केल्या कळेना. ती अजून खेळण्याच्याच रंगात होती. 'चल ना आपण भुर्रर जाऊ' ती त्याला एकसारखे सांगत राहिली.

तिच्या कलानं घेण्यावाचून इलाज नव्हता.

दोघं पाण्याच्या काठाशी आली. बांधलेल्या दगडी भिंतीशी उभी राहिली. त्यानं तिला भिंतीवर उभी केली. सूर्य मावळून गेला होता आणि आकाश काळपट-किरमिजी झालं होतं. होड्या किनाऱ्याकडे परत येत होत्या. ती होड्यांकडे पाहत होती. मजेत टाळ्या वाजवून काहीतरी शेरे मारीत होती. तो तिच्याकडे पाहत होता. असली मुलगी असणारे आईबाप किती भाग्याचे, असं त्याच्या मनात येत होतं. नाहीतर आपण! आपण आणि आपला घाणेरडा धंदा! – रात्रीची कामगिरी! त्या आठवणीनंच त्याला कसंतरी झालं. छे! छे! या मुलीला ताबडतोब हातावेगळी करायलाच हवी.

'तुझ्याबरोबर कोण होतं?' त्यानं तिला विचारलं.

'मंटू. मंटू वेला आये'. याहून अधिक काही तिला सांगता येईना.

'तू कुठे राहतेस?'

'आमच्या घली पोपत हाये.' ती टाळ्या वाजवून म्हणाली.

तिला पत्ता विचारण्यात अर्थ नव्हता. तो काळजीत पडला.

एकदा त्याला वाटलं, की सरळ पोलिसांत जावं आणि तिला त्यांच्या हवाली करावं, म्हणावं - 'ही मुलगी हरवली आहे. हिला घरी पोहोचवा' म्हणजे

मग आपल्या डोक्यावरचा बोजा उतरेल. पोलिसांकडे मुलगी हरवल्याची तक्रार आलीच असेल.

पोलीस स्टेशनवर जाण्यासाठी त्यानं पाऊल उचललं आणि एकदम त्याच्या पोटात गलबललं. रात्री खून करणाऱ्या माणसानं त्याच्या चार तास आधी पोलिसांना मुखडा दाखवावा, हे जरा धाडसाचंच होतं. शिवाय स्वत:चं नाव, पत्ता लिहून द्यावा लागणार. खुनाच्या ठिकाणी कुणी पाहिलं आणि नुसतं मिशांचं वर्णन दिलं, तरी पोलीस सरळ आपल्या पत्त्यावर येणार...

आता चांगलाच काळोख पडला होता. ती मुलगी चालून चालून दमली. त्यानं तिला उचलून कडेवर घेतलं. आपलं मूल असतं, तर रोज आपण हिला असं कडेवरून मिरवलं असतं — तो मनाशी म्हणाला. त्याला काय वाटलं कोण जाणे, त्यानं पटकन् तिचा एक पापा घेतला. 'मिछी टोचली' तिने तक्रार केली. त्याला हसू आलं.

रात्रीच्या कामगिरीची वेळ जवळ येत चालली होती. तेच विचार आता त्याच्या डोक्यात घोळत होते. सरावाची झाली तरी ही जबाबदारीची गोष्ट! नीट जमायला हवी! कुठं एवढं तेवढं चुकलं, तर फासावर लटकायची पाळी! आजुबाजूच्या कुणाच्या लक्षात राहू असं काही करायचं नाही... चेहरा शक्यतो दिसू द्यायचा नाही... पण मुद्दाम लपवायचाही नाही.

ती बहुधा एकटीच येते म्हणे — टॅक्सीनं येते. टॅक्सी दारात सोडून लगबगीनं घरात शिरते.

एक हात तोंडावर. दुसऱ्या हातानं चाकू खुपसायचा. नेमका. खोलवर.

मुख्य म्हणजे नंतर क्षणभरही तिथं थांबायचं नाही. शर्टवर जिथं रक्त उडतं तिथं नेहमी तो एक फडके बांधायचा. ताबडतोब त्या फडक्याची घडी — मिळेल ती पहिली टॅक्सी — घर गाठणं — इकडेतिकडे कुठे न भटकणं...

'ए मिछीवाला — आपण आईकले जाऊया ना!' कडेवरच्या मुलीनं त्याला जागं केलं.

'जाऊया. पण आई आहे कुठं तुझी?'

'आई भुल्ल गेली. आता येनाल आये.' चिमणीची किलबिल.

हिला घरी पोहोचवलंच पाहिजे. तिची आई वाट बघत बसली असेल. पण आहे कुठं ती?

'च्यल ना — आईकडे च्यल' ती मुलगी हट्ट करीत राहिली.

'हो हो — जाऊया अं.' तो तिला थोपटीत राहिला. ती त्याच्या खांद्यावरून रस्त्याकडे पाहत होती. मधेच एखादी गंमत दिसली, की हसत होती. त्याला वाटलं, असंच चालत राहावं या मुलीला खांद्याशी धरून. तिला असंच थोपटत

राहावं. आनंद आहे. गंमत आहे. हा रस्ता संपूच नये – काळ पुढे जाऊच नये म्हणजे मध्यरात्र होणारच नाही. आपण त्या घराशी पोहोचणारच नाही. आपल्या हातून खून होणारच नाही. आपल्याला फक्त या मुलीवर माया करीत असंच– असंच राहता येईल. सुखात...

पण कल्पना करणं वेगळं. प्रत्यक्षात रात्र वाढत चालली होती. कामगिरीची वेळ जवळ येत होती. 'आपन आईकले जाऊ या' हा त्या मुलीचा हेकाही वाढत होता. मधल्या वेळात त्यानं तिला चक्र घेऊन दिलं, शिटी घेऊन दिली आणि तिला गंमत वाटेल अशी बडबडही केली.

शेवटी त्याला एक कल्पना सुचली. तो हिरवळीच्या जवळ गेला. इथंच कुठंतरी ती राहत असली पाहिजे. त्यानं तिथल्या दुकानामध्ये जाऊन पाहिलं. दुकानदारांना 'ही मुलगी कुठं राहाते, साधारण माहीत आहे का?' असं विचारून पाहिलं. काहींनी नुसती मान डोलावली, काहींनी सविस्तर व्याख्याने दिली, पण सारांश एकच होता. कुणालाही ती कुठं राहाते, याचा अंदाज नव्हता. त्याहूनही वाईट म्हणजे काहीजण त्याच्याकडे संशयाच्या चमत्कारिक नजरेनं पाहू लागले. तेव्हा मात्र त्यानं तिकडून काढता पाय घेतला.

थकून जाऊन तो एका दुकानाच्या पायरीवर बसला. त्याच्यापुढे दोन कामगिऱ्या पडल्या होत्या. एक मुलंबाळं असलेल्या आईचा खून करायचा होता, आणि दुसरं एका मुलीला तिची आई शोधून द्यायची होती...

त्याला स्वत:च्या नशिबाचा राग आला. भलत्या वेळेस ही गोड मुलगी मिळून उपयोग काय? ही वेळ असं नाजूक होण्याची नव्हे. हळवं होण्याची नव्हे. आता या मुलीची पाठ थोपटणाऱ्या या हातात थोड्या वेळानं रामपुरी यायचाय. तो नीट चालायला हवा असेल, तर या हातानं इतकं मऊ होऊन चालायचं नाही.

त्याला काही सुचेनासं झालं. शेवटी त्यानं विचार केला, की आता या मुलीला आपल्याच घरी घेऊन जावं, रात्रीचं काम उरकावं, आणि दुसऱ्या दिवशी पुन्हा नव्या जोमानं हिचा पत्ता शोधायला बाहेर पडावं —

— अर्थात्, रात्री पकडलो गेलो नाही तर!

पण नाहीच जाणार! इतक्या दिवसांचा अनुभव, अंगातली चपळाई, शिताफी, फुकट कशी जाईल?

निदान त्या मुलीच्या नशिबानं तरी, आपण आज पकडले जाणार नाही! तिला उद्या आई शोधून देता यावी, म्हणून!

तो तिला घेऊन बसमध्ये चढला. बसच्या खिडकीतून बाहेरच्या गमती-जमती पाहताना मुलगी थोडा वेळ तरी आईला साफ विसरून गेली. तोही तिच्याशी गप्पा मारण्यात रमला. थोडा वेळ आपली काळजी विसरला.

त्याच्या घरात कोणी म्हणजे कोणी नव्हते. शेजारी एक जोडपे राहायचे. त्यांना मूलबाळ काही नव्हते. शेजाऱ्याची बायकोही माहेरी गेली होती. सध्या तो एकटाच होता.

त्यानं मुलीशी बोलता बोलता पटापट भात टाकला. सकाळचं दही होतं. भाजी होती. पोरीला काही गोड हवं, म्हणून त्याने शेजाऱ्याकडून थोडा मुरंबा मागून आणला. स्वत:चं आणि मुलीचं पान वाढलं. काऊचिऊच्या गोष्टी सांगत आणि मोरापोपटांचे घास काढत काढत त्यानं मुलीला भरवलं आणि स्वत:ही जेवून घेतलं. मुलगी आता घरी जाणं पार विसरली होती. त्याच्या मिशांना दहीभात लागलेला पाहून टाळ्या पिटीत हसत होती.

जेवणानंतर त्यानं तिचं अंथरूण घातलं शेजाऱ्याला बोलवून घेतलं. 'मी परत येईपर्यंत इथंच झोप आणि हिच्याकडे जरा लक्ष ठेव' असं सांगितले. शेजारी तयार झाला, तशी तो बाहेर जाण्याची तयारी करू लागला.

चपला घालताना मुलीनं अडवलं. 'तू कुथे चालला मिछीवाला?' त्याच्या पायाला मिठी घालून विचारलं.

त्याच्या गळ्यात आवंढा आला. आपल्या पोटच्या मुलीनं तरी आपल्यावर इतका लोभ दाखवला असता का? कुठनं कुणाचे धागे जुळतात! इतकी गोड, निष्पाप मुलगी – आपल्याला बाहेर जाऊ न देणारी. पाप करायला जाण्यापासून थांबवणारी! आपण हे इतके गलिच्छ – आणि ही मुलगी इतकी निर्मळ! हिला कधी काळी आपल्याविषयी कळलं तर काय वाटेल?

त्याच्या मनात तो नेहमीचा विचार पुन्हा आला. कशाला जगतो आहोत आपण? अधिकाधिक पापं करण्यासाठी?

त्यानं तिला उचलून घेतलं. तिचे गुके घेतले. तिची समजूत काढली.

'मग येताना आईला घेऊन येछील?' तिनं हेका धरला.

येताना आईला घेऊन येण्याचं कबूल करून तो गेला.

महाप्रयासानं त्यानं डोक्यातून त्या छोट्या मुलीचे विचार काढून टाकले. आधीच तिच्यापायी बराच वेळ मोडला होता.

आजुबाजूला कुणी बघत नाही ना, असं पाहून त्यानं खिशातला फोटो काढून पुन्हा पाहिला. त्या नर्तकीचं रूप नीट ध्यानात ठेवलं.

बसमधून तो उतरला तेव्हा फक्त दहा मिनिटं बाकी होती. पाच मिनिटं त्यानं बिल्डिंगची लांबून पाहणी केली. बिल्डिंगला एकच दरवाजा असावा.

पाच मिनिटं राहिली, तेव्हा त्यानं रस्त्यावरून येणाऱ्या टॅक्सीजकडे लक्ष

ठेवायला सुरुवात केली.

आली... ही इकडे वळणारी टॅक्सी बहुधा तिचीच. तो रस्ता क्रॉस करून गेला आणि बिल्डिंगमधे शिरला.

बिल्डिंगमधे निजानीज झाली होती. सारं शांत होतं. दूर कुणीतरी इंग्रजी गाण्याच्या रेकॉर्ड्स लावीत होतं.

जिन्यात पूर्ण काळोख होता...

टॅक्सी थांबली...

ती उतरली असावी...

मधे पंधरा सेकंद गेले... ती टॅक्सी ड्रायव्हरशी काहीतरी बोलली.

सँडल्स वाजले...

रामपुरी खिशातून निघाला.

ती दारातून आत आली.

पातं लखलखलं.

तीच... फोटोतली बाई...

अंगावर उंची साडी.

ती वळून अंगावरून जाऊ लागली.

एक हात तोंडावर.

दुसरा कुशीत.

किंकाळी दबली.

चाकू खिशात गेला.

तो बिल्डिंगच्या बाहेर पडला.

बाहेर कुणाचीही चाहूल नव्हती. मघाची टॅक्सी दूर अंतरावर जाताना दिसत होती.

तो झपाझप चालत नाक्यावर आला.

मिळेल ती टॅक्सी पकडून घरी आला.

घरी आला तेव्हा मुलगी झोपली होती; पण त्याच्या चाहुलीनं जागी झाली. त्यानं शर्ट बदलला. आधीचा शर्ट धुवायला टाकला.

मग शेजाऱ्याला उठवून त्याच्या घरी पाठवून दिलं.

मुलगी आता टकटकीत जागी होऊन त्याच्या हालचाली बघत होती.

'आई कुथाय? तू आनली नाइश?' तिनं समजूतदारपणे विचारलं.

त्यानं ओशाळवाणं स्मित केलं. 'उद्या शोधू हं आपण तुझं घर. तू झोप आता.' तो म्हणाला.

'तू नाइ गाइ गाइ कलत?' तिनं विचारलं.

'आलोच मी.'

'मला थोपत. नाइतल मी नाइ गाइ गाइ कलनाल.' ती अंथरुणात उठून बसली. चक्क मांडी घालून.

झोपण्यापूर्वी त्याचं एक काम बाकी राहिलं होतं. फोटो आणि चिठ्ठी जाळून टाकण्याचं. असल्या बाबतीत तो कधीच हयगय करीत नसे.

धुवायला टाकताना शर्टच्या खिशातला फोटो आणि चिठी त्याने टेबलावर काढून ठेवली होती.

तो टेबलाशी गेला. खिशातून आगपेटी काढली.

ती जवळ येऊन टेबलाशी उभी राहिली.

'तू काय कलतो?' तिनं विचारलं.

एव्हाना त्यानं काडी पेटवली होती. त्यानं ती चिठ्ठीला लावली.

एवढ्यात तिचं लक्ष फोटोकडे गेलं. तिनं तो उचलला. बरं तर बरं, नाहीतर काडीचा चटका बसला असता.

'फोतो — माज्या आईचा फोतो! माझी आई, माझी आई...' असं म्हणत, त्या फोटोचे मुके घेत, ती खोलीभर नाचू लागली.

सगळी खोली आपल्याभोवती गरगर फिरते आहे, असं त्याला वाटलं.

ती — या मुलीची आई?

जिच्या शोधात आपण वणवण भटकलो ती –?

तिला भेटूनसुद्धा आपण या जगातून तिला नाहीसं केलं?

आपल्या हातांनी आपण या गोड पोरीला पोरकं केलं?

आता जगाच्या अंतापर्यंत जरी आपण तिला घेऊन तिच्या आईच्या शोधात फिरलो, तरी ती कुठं भेटणार?

'मिछीवाला — तू ललतो?' तिचा प्रेमळ प्रश्न आला.

'नाही, बेटा. तू झोप. मी तुला थोपटतो.'

'माज्या आईच्या फोतोला काली नाइ हां लावायची... नाइ ना लावनाल?'

'नाही. पण तू आधी झोप —'

फोटो मुठीत धरून ती झोपली. तो तिला थोपटत राहिला.

एवढं कसं आपल्याला सुचलं नाही?

ही त्याच भागात तर राहात होती. तिथंच ती मिळाली. तिथूनच परत घरी येऊन आपण तिला ठेवून गेलो!

योगायोग!

पण म्हणून काय झालं? किती विलक्षण!

आधीच हा फोटो तिच्या नजरेला पडला असता तर?

तर आपण काय केलं असतं? खून केला नसता? बॉसला सांगू शकलो असतो आपण, हा खून मी करीत नाही असं? असं कधीतरी सांगू शकू आपण? नाहीच. यापुढं कधीच नाही. कारण आपण केलेल्या पूर्वीच्या खुनाचा रेकॉर्ड आहे त्याच्याजवळ. आपण नाही म्हणायची खोटी, तो, तो रेकॉर्ड आपल्यासमोर नाचवील!

नाही — यापुढे आपल्याला कायमच खून करीत राहावं लागणार!

कसलं हे भयंकर जिणं!

कां जिवंत राहायचं? केवळ आणखी पापं करण्यासाठीच?

हिच्यासारख्या लहान मुलांना पोरकं करण्यासाठी?

किती गाढ झोपली आहे! हिला पापाचा वाराही लागलेला नाही...

आपल्यालाही असं शांत झोपता आलं पाहिजे —

बराच उशीर झाला तरी शेजारी कसलीच हालचाल नाही, असं पाहून शेजारी जगन्नाथच्या बिऱ्हाडात आला.

दार उघडंच होतं.

समोर ती छोटी मुलगी अजून शांत झोपली होती. लोळत लोळत कुठंच्या कुठं गेली होती. तिच्या हातात एक चुरगळलेला फोटो होता.

आणि तिच्या पलीकडेच तो वेडावाकडा पसरला होता.

काहीतरी विचित्र वाटलं म्हणून शेजारी पुढे गेला, त्यानं वाकून पाहिलं. तो मरून पडला होता. त्याच्या उजव्या कुशीजवळ रक्ताचं थारोळं होतं. हाताजवळ रामपुरी उघडा पडला होता...

शेजाऱ्यानं मुलीला उचललं आणि आपल्या बिऱ्हाडात आणून झोपवलं. दार ओढून घेऊन तो पोलिसांना फोन करायला गेला.

परत आला, तरी मुलगी झोपलेलीच होती. त्यानं तिला हलकेच जागं केलं.

ती उठून बसली. तिनं डोळे चोळीत विचारलं — 'माझी आई कुथाय?'

एवढ्यात तिला टेबलावर ठेवलेला, शेजाऱ्याच्या बायकोचा फोटो दिसला.

ती धावतच त्या फोटोजवळ गेली. 'फोतो! माझ्या आईचा फोतो! माझी आई! माझी आई!' म्हणत ती त्या फोटोचे मुके घेत नाचू लागली.

■